# " वादळ... !! "

### विनित राजाराम धनावडे

# अनुक्रमणिका

# 1

## " वादळ... !! "

" भरून भरून......... आभाळ आलंय , भरून भरून........." अमेयने रेडिओ लावला तसे पहिले गाणे हेच लागले. रविवारची संथ सकाळ, अमेय नेहमी सारखाच सकाळी लवकरच जागा झालेला. जागा झाला कि सर्वात आधी रेडिओ लावायची सवय , या आधुनिक युगात रेडिओ ऐकणारा निराळाच व्यक्ती, त्यातूनही FM वर लावणारी मराठी गाणी जास्त आवडीची. हे गाणं लागलं आणि अमेय सुखावला.

" हम्म .... पावसाळा सुरु होतो आहे वाटते... जून महिना लागलेला दिसतो ... " त्याचे आजकाल लक्ष नसायचे , कोणता दिवस , कोणता महिना ... कश्यात काही नाही. खिडकीजवळ जाऊन बाहेर आभाळात पाहिले त्याने.

" पावसाचा एक साधा काळा ढग सुद्धा नाही... आणि यांनी गाणी लावायला सुरुवात केली. कोणीतरी जाऊन सांगावे यांना .... बाबांनो ... धीर धरा अजून , पाऊस आला कि लावा पावसाची गाणी. " स्वतः बोलून स्वतःशीच हसला.

खिडकी तशीच उघडी ठेवून तो दिवसाच्या तयारीला लागला. अंघोळ वगैरे उरकून फ्रेश झाला. " थोडा चहा टाक गं .... " अचानक बोलून गेला.

पुढच्याच क्षणाला त्याला आठवलं कि आपण घरात एकटे आहोत. हल्ली असाच एकटं बडबडायाची सवय लागली होती त्याला. तसाच ते ओले केस पुसत तो किचन मध्ये आला. गॅसवर एका भांड्यात पाणी उकळत ठेवले. साखर टाकली , त्याला हवी तितकीच. चहा म्हणजे अमेयचा जिव्हाळ्याचा विषय. चहा तयार होयाची वाट बघत होता. अचानक खिडकीतून जोराचा वारा आत शिरला. चहा पावडर पाण्यात टाकली तेवढयात.

खिडकीचे दारे लावून घेऊ म्हणून खिडकीपाशी आला. फ्लॅट मध्ये राहत असला तरी खिडकीला त्याने खास बनवून घेतलेली लाकडी दारे, लावून घेतलेली . रेडिओ वर गाणी तशीच सुरु होती....

" आला-आला वारा..... संगे पावसाच्या धारा..... , पाठवणी करा सया निघाल्या सासुरा..... " खिडकी बंद करायला आलेला अमेय , थंड वाऱ्याच्या स्पर्शाने तिथेच रेंगाळला. तसाच त्या खिडकीतून येणाऱ्या वाऱ्यात सामील झाला. चेहऱ्याला होणार तो थंड स्पर्श त्याला तिथून जाऊ देत नव्हता. किंबहुना त्याला तिथून जायचे नव्हते.

काही आठवलं त्याला .... लख्ख आठवलं. " काही गोष्टी विसरायचा असतील ना .... हे मन ... हे साले मन पण ना ...टोचत राहते सारखे... नुसतं टोचत राहते. अगदी डोळ्यात पाऊस साठेपर्यंत .... टोचत राहतात आठवणी.... " अमेय मनाशी भांडत होताच , घरभर पसरलेला चहाचा सुगंध त्याच्या नाकात शिरला. वाफाळलेला चहा त्याने मोठ्या कपात ओतला. दूध हळू हळू ओतत , त्याला चहाचा हवा तसा रंग येईपर्यंत दूध त्यात ओतले. सकाळीच येणारा पेपर वाचत चहा घेयाची सवय . पण आज त्याचा खिडकीशी याराना वाढलेला. चहा घेऊन तिथेच आला पुन्हा. चहाचा पहिला घोट घेणार होताच , तोच रेडिओ वर " breaking news " आली. " एक मोठ्ठ वादळ शहराच्या दिशेने सरकते आहे. " पुढचे काही ऐकण्या आधीच त्याने रेडिओ बंद करून बाजूला ठेवला.

" हम्म .... पाऊस सुरु झाला नाही आणि वादळं यायला लागली. " स्वतःच्याच विचारात. थंड वाऱ्याचा जोर आणखी जरा वाढलेला जाणवला त्याला. खिडकीतून दिसणारे बाहेरचे जग ... चहाच्या प्रत्येक घोटासोबत स्वतःमध्ये सामावून घेऊ लागला.

" गेल्या पावसाळातली भेट आमची... नाही नाही .... पावसा आधीची ओळख .... तीही फोटोग्राफर ..... नावालाच फोटोग्राफर.... एका फोटोग्राफीच्या सेमिनार मध्ये ओळख झालेली. तशी ती नवखीच. तिच्याशी असे खास काही आकर्षण नव्हते सुरुवातीला. सेमिनार मध्ये आलेल्या पैकी एक ... अशीच ओळख... आणि तसेही माझी बायको तिच्या पेक्षा जास्त देखणी. त्यामुळे खास करून मुलींशी असे मुद्दाम बोलणे नाहीच माझे... हा .... तिच्यात काही तरी नक्कीच वेगळे होते. त्याशिवाय का तिच्याकडे आकर्षित झालो मी.. "

वाऱ्याचा जोर किंचित वाढलेला. सोसायटी खालीच असलेल्या मिठाईच्या दुकानात शेवया तळल्या जात होत्या. येणाऱ्या वाऱ्यासोबत तोही सुगंध अमेयच्या घरात पसरला.

" मुकुंदाने शेवया करायला घेतल्या वाटते... काही म्हणा .. चव आहे त्याचा हाताला.. तशी आमच्या " हिच्या " हाताला सुद्धा चव आहे. चहा तर तिनेच करावा. पाहता पाहता २ कप संपून टाकायचो. " अमेयला बायकोची आठवण आली. समोरचा पिंपळ , पानांची सळसळ करत माझ्याकडेच पाहतो आहे , असे क्षणभर अमेयला वाटले.

" सोबत हवी होती अजून तिची. तरी तिचे बरोबर होते म्हणा , घरात लग्नाची बायको असताना , ४ वर्षाचा सुखी संसार असताना ..दुसऱ्या कोणाचा विचार मनात आणणेही पापच .... तस तिने आधीही माझ्या खूप चुका पोटात घातल्या. लग्न झाले आणि ४ महिने जॉब सोडून या फोटोग्राफीच्या मागे लागलो. त्यातले २ महिने असाच घरात बसून, एक शब्द बोलली नव्हती मला. स्वतः काम करून माझेही पोट भरायची. जोपर्यंत फोटोग्राफी करून पैसे कमावले नाहीत , तोपर्यंत या बेकार माणसासोबत छान जमवलं तिने..... दुसरी बाई ... मुलगी... हि तर अक्षम्य चूक होती ना .. " अमेय मनात बोलत होता. कपातला चहा मात्र येणाऱ्या थंड वाऱ्यासमवेत थंड होत होता.

रविवारची सकाळ , रस्त्यावर गर्दी असायची .. आज कमीच होती. त्याच्या घरातून समोरच असलेला मासळी बाजार दिसायचा. आणि बाहेर बसणारे भाजीवाले. रविवार म्हणजे जास्त गर्दी होणार दिवस. अमेय तिथूनच भाजी घेऊन यायचा.

" आज फारशी गर्दी नाही. वादळाला घाबरले वाटते सर्व. " अमेय त्याच दिशेने पाहत होता.

" हिला फारच आवड जेवण करायची. बरेच दिवस झाले ... दिवस कुठे ... महिने झाले ... तिच्या हाताचे खाऊन ... " तो मासळी बाजार आता कुठे सुरु होत होता. अमेयला नॉनव्हेज आवडायचे खास करून. " नेहमीच माझ्याच आवडीचे जेवण असायचे, करायची ती.. किती आठवणी काढू तिच्या... रागावूनच गेली. शेण खाल्लेलं ना मी... आईही , अश्याच शब्दात बोलली होती मला... आणि आज ... divorce चे पेपर घेऊन बोलावले आहे तिच्या वडिलांनी.... किती माफी मागितली तिची... रागात होती तरी जाताना वाईट वाटलेले तिला... कळले होते मला. " जोराचा वारा खिडकीला आदळून आत शिरला....

" कदाचित हे येऊ घातलेलं वादळ ... तिच्या आणि माझ्या वेगळे होण्यात बाधा आणत असावे. " घड्याळात पाहिलं तर सकाळचे ९ वाजत होते .

" निघू का .... एवढ्या सकाळी .... तेही रविवारी, सुट्टीच्या दिवशी , इतक्या लवकर जायला नको. किंवा आज नकोच जायला... उद्या घरी येताना जाईन ... " अमेयने कपात पाहिलं तर चहा बाकी होती अजून. थंड झालेली चहा. अमेय चहा ओतून देण्यासाठी पुन्हा किचन मध्ये आला. किचन मधल्या खिडकीतून आभाळाचा एक छान तुकडा दिसत असे. त्या किचन मधल्या खिडकीत अमेय - विभाने बराच काळ व्यतीत केला होता.

" विभा " .... अमेयची बायको. जानेवारीच्या २ऱ्याच तारखेला दोघांचे जोराचे भांडण झालेलं. कारण ..... कारण अमेयची मैत्रीण... close friend म्हणा. तिच्यावरून आधीही लहान भांडणे झालेली. पण त्यादिवशी भांडणाचे कारण मोठे आणि खर्चिक होते. विभा साधी सरळ मुलगी. अमेयचे arrange marriage. खूप प्रेम बायकोवर. तरी आपल्या संसारात कोणी परका तिसरा व्यक्ती नको होता विभाला. अमेय तिच्यावर बराच खर्च करायचा . अर्थात त्याने कमावलेल्या पैशाचे गणित विभाने कधीच विचारले नाही. शिवाय अमेय त्या close friend वर किती खर्च करतो ते माहित होते विभाला. मूग गिळून गप्प राहायची.

आधी अगदी नजर लागावी अशी अमेय-विभाची जोडी. पूर्ण सोसायटी मध्ये यांच्यासारखी गोड जोडी नव्हती. अमेयला कधी कधी स्वतःच्या भाग्यावर गर्व वाटायचा, कि इतकी सुंदर व्यक्ती माझ्या आयुष्यात आली. made for each other जणू . पण अमेयला काय झाले, अगदी दुसरीच्या मागे लागला. १ जानेवारीला सोन्याचा मोठा किमती दागिना गिफ्ट केला तिला आणि विभाचे डोके आणखी फिरले. डिसेंबर पासूनच या दोघांत जरा धुसफूस सुरु होती. त्यात तेल ओतायचे काम स्वतः अमेयनेच केले.

जोराचं भांडण झाले. अमेय रागात काही-बाही बोलून गेला. विभा आतून खूप दुखावली. तिचे सर्व सामान भरले आणि माहेरी निघून गेली. अमेयचा राग २ दिवस तसाच होता. डोकयात काय सुरु होते त्याच्या , त्यालाच माहित. त्या रागातच त्याने त्या जवळच्या मैत्रिणीला लग्नाची मागणी घातली. सुरुवातीला तिला हा " joke " वाटला. परंतु अमेयने seriously विचारलं तेव्हा तीही गंभीर झाली. " मित्र म्हणूनच ठीक आहोत... " असे ऐकल्यावर अमेयचा पारा आणखी चढला. तिथेही भांडण. शेवटी अगदी तोंडावर नकार देऊन तीही तडतडत निघून गेली. अनपेक्षित होते ते अमेय साठी. पुढल्या २ दिवसांनी राग शांत झाल्यावर अमेयचे डोके ठिकाणावर आले. दोघींची आठवण सातत्याने येत होती. जास्त करून विभाची. " तिची काय चूक होती यामध्ये . चुकलो तर मीच.. इतका का चुकलो मी .... कळलंच नाही. " अमेय त्या खिडकीतून दिसणाऱ्या आभाळाच्या तुकड्याकडे पाहत होता. आताशा कुठे सकाळ होत होती. आणि आभाळ ढगांनी भरायला सुरुवात झालेली.

" खरच वादळ येते आहे... हवामान खाते सुधारले वाटते... अंदाज बरोबर लागला म्हणायचा. " अमेय स्वतःशीच हसला. अमेय आधी बँकमध्ये काम करायचा. अचानक फोटोग्राफीने डोकयात शिरकावं केला. लग्नानंतर फोटोग्राफीच्या मागे हात धुवून लागला. अर्थात जे करायचा ते अगदी मनापासून. काही महिन्यातच तो छान फोटोग्राफी शिकला. छानच असायचे त्याचे फोटो. त्यातून हे असे पावसाळी फोटो छान असायचे. पण त्याने काय पोट भरणार, काहींनी त्याचे प्रदर्शन भरवण्याचा सल्ला दिला. विभाकडून काही पैसे " उसने " घेऊन एक

प्रदर्शन भरवले. प्रदर्शनाचे पहिले २ दिवस रिकामेच गेले. तिसरा दिवस खास होता. त्यादिवशी खूपच गर्दी झालेली, शिवाय २ फोटोही विकले गेले. तिथून सुरु झाले. पुढल्या २ दिवसात सर्व फोटो विकले गेले. त्या गोष्टीने अमेयचा आत्मविश्वास वाढला. पुढल्या महिन्यात सुद्धा आणखी एक प्रदर्शन भरवले त्याने. २ दिवसातच अमेय पुन्हा " श्रीमंत " झाला.

मग काय !! अश्या लोकांना फेमस होयाला वेळ लागतो का ... दर २ महिन्यांनी अमेय असे प्रदर्शन भरवायचा, सर्वच फोटोग्राफ विकले जायचे. तेही मोठ्या किंमतीला. फेमस झाला तस फोटोग्राफीच्या सेमिनारला बोलवणे यायचे. नवीन फोटोग्राफरना मार्गदर्शन करावे म्हणून अमेयला बोलवायचे. जॉब पेक्षाही जास्त कमाई होत असे. शिवाय त्याला वाटेल तसे जीवन तो जगू शकत होता. विभा ही खुश. लग्नानंतर अमेय जॉब सोडून भलतंच काही करत होता , हे तिच्या आई-वडिलांना आवडले नव्हते. तरी विभा अमेयच्या पाठी खंबीर उभी राहिली. तिचा तिच्या नवऱ्यावर विश्वास होता. तसं बघावं तर विभा होती म्हणूनच अमेय इतकी मोठी मोठी यशाची पावले टाकत होता. फक्त एका वळणावर तो चुकला. विभाने फक्त घर सोडलेले , मनात मात्र मीच असणार हे अमेयला माहित होते. विभाच्या वडिलांनी divorce चा निर्णय लादलेला.

भांडण होऊन ६ महिने झाले. ना अमेय विभाकडे गेला , ना विभाकडून कोणी अमेयकडे आले. अमेयने ३-४ वेळा विभाशी फोन वर बोलण्याचा प्रयत्न केला पण तिच्या वडिलांनी बोलूच दिले नाही. अमेयला त्याची चूक पूर्ण उमगली होती. विभाने माफही केले असेल. पण बोलणेच होत नव्हते. ३ दिवसापूर्वी तिच्या वडिलांनी अमेयला divorce चे पेपर पाठवून दिले. विभा घरातून गेल्यापासून अमेयचे चित्त थाऱ्यावर नसायचे. सुरुवातीला रिकामे घर एकट्याला खायला उठे. दिवसभर कॅमेरा घेऊन फिरायचा. मात्र संध्याकाळ झाली कि घरी परतावे लागे. दिवस कसातरी फिरण्यात , फोटो काढण्यात निघून जायचा. रात्र कशी घालवावी हा मोठा प्रश्न. अमेयचे आईवडील २० मिनिटावर राहायचे. लग्न होण्याआधी अमेयने हा आताचा फ्लॅट घेतलेला. विभाने घर

सोडल्यापासून बराच वेळेला अमेय आईकडे जायचा. मुलाकडून मोठी चूक झालेली , आई चुका पोटात घालते. अमेय तसा गुणी मुलगा , हे आईलाही माहीत. तरी चूक ती चूकच. अमेय फक्त जेवायला जायचा आईकडे. स्वतःच्या हातचे किती करून खाणार. बोलणे असे नसायचे. आईकडे आला तरी गप्प गप्पच.

छान बाल्कनी होती तिथे. तिथून अमेयचा फ्लॅट दिसायचा. अमेय आईकडे आला कि हमखास त्या बाल्कनीत जाऊन स्वतःच्या फ्लॅटची ती खिडकी बघत उभा राहायचा. काय माहित काय सुरू असायचे त्याच्या डोक्यात. आईने जेवायला हाक मारली कि शाळेतल्या मुलासारखा गपगुमान ताटात वाढलेले खायचा आणि " येतो " म्हणत निघून जायचा. आईला त्याचे दुःख कळायचे पण ती तरी काय करणार बापडी. अमेयच्या डोळ्यात दिसायचे तिला. विभाला शोधायचा तो. आपल्या घराकडे असे वेदनेने कोणी बघते का... सांगा मला. कदाचित विभा आज तरी घरी आली असेल आणि त्या खिडकीत उभी असेल , हेच अमेय बघायचा.

अमेय आज सकाळपासूनच विचार करत होता. घटस्फोट नको आहे , तरी तिच्या घरी मी नको असेन तर सही करू. सही करण्याआधी एकदा तरी विभाला भेटणे आवश्यक आहे. माझ्या मनात तिच्यासाठी जे काही आहे , तेच तिच्या मनात आहे का ते जाणून घेणे गरजेचे होते. तितक्यात त्याचा मोबाईल वाजला. बघतो तर केबल वाल्याचा फोन.

" ओ साहेब ... गेल्या महिन्यापासून केबलचे पैसे नाही दिलेत. या महिन्यात तरी सुरु करू का केबल. " अमेयच्या लक्षात आलं. गेल्या महिन्यापासून केबल बंदच आहे. टीव्ही तरी कोण बघते आता. " नको ... राहू दे बंद , मला जेव्हा पाहिजे असेल तेव्हा सांगीन. " म्हणत त्याने कॉल कट केला. विभा असताना लाडिक भांडणे होयाची टीव्ही वरून. अमेयला फुटबॉलचे जाम वेड. रात्र रात्र जागून फुटबॉलच्या मॅच बघायचा. विभाच्या आवडीच्या टीव्ही सीरिअल सुद्धा वाहून जायच्या त्यात. बोलायची विभा ," दोन टीव्ही आणूया घरात.. नाहीतर मीच जाऊन बसते ... शेजारी ... टीव्ही बघायला.. " तो काही राग नसायचा. विभा कशी ..... शांत मुलगी. अमेयचे वेड माहित होते तिला. स्वतःच्या

आवडी-निवडी वर तिने अमेयसाठी पाणी सोडले होते. आणि अमेयने काय केले. तस बघावं तर अमेय सुद्धा विभाची खूप काळजी घेयाचा.

अमेय आठवणीतून जागा झाला. विचार केला. त्याची फोटोग्राफीची बॅग उचलली. कॅमरा भरला त्यात .....त्यातच ते डिवोर्स आणि इतर पेपर भरले, निघाला. bike घेऊन जाऊ का.... विचार करतच बिल्डिंग खाली आला. वारा वाहत होता. सकाळीच वादळाची सूचना ऐकली होती त्याने रेडिओवर. जाऊयाच bike घेऊन. विचार करत bike जवळ आला. विभाच्या आवडीची bike हि , नाहीतर अमेयचा प्रवास पायीच. विभा बोलली , मला नाही आवडत पायी पायी.. ठीक आहे , घेऊ bike . अमेयला गाडी घेयाची होती. त्याचा प्रवास हा नेहमीच जवळपास असायचा. वाटलंच तर पब्लिक ट्रांसपोर्ट चा वापर. गाडी घेयाची होती कशाला तर फोटोग्राफीसाठी कुठे दूर जाणे झाले तरच आणि प्रदर्शन लागेल तेव्हा तिथे जाण्यासाठी. विभाचा हट्ट की bike घेऊ, तुझ्या मागे बसून फिरायचे आहे मला. मग काय , विभा साठी bike आणि स्वतःसाठी गाडी घेतली अमेयने. पैशाची कमतरता नव्हती त्याला. फोटोग्राफी करून किती पैसे कमवायचा अमेय हे विभाला माहित. पण तो ती कमाई उधळू नये याची काळजी विभाला असायची. विभाने bike वर बसता यावे यासाठी ८- १० किलो वजन कमीही केले होते. अमेय सुद्धा तिला वेळ मिळेल तेव्हा फिरायला घेऊन जात असे. परंतु गेल्या पावसाळ्यापासून अमेयच्या मागची सीट कोणी वेगळीनेच बुक केलेली. विभाने किती वेळा त्या दोघांना bike वरून फिरताना बघितले होते. बाहेरून कोणी सांगण्या आधीच तिला ते कळलं होते. तरी मौन राहायची नेहमीच.

अमेयने एकदा नजर टाकली bike वर. किती महिने वापरलीच नाही. बहुदा डिसेंबर मध्ये विभा सोबत bike ने गेलेलो. त्यानंतर नाहीच. हेल्मेट घालून bike सुरु केली. व्यवस्थित सुरू झाली bike, " नीट पकडून बस हा ... " अमेय ओघात बोलून गेला. क्षणभर त्याला , त्याच्या खांद्यावर कोणीतरी हात ठेवला आहे असेच वाटले. विभा तशीच त्याच्या खांद्याचा आधार घेऊन मागे बसायची. आठवण आली , कंठ किंचित दाटून आला. निघाला bike घेऊन.

वारा तर रोजच्या मानाने जास्तच होता . अमेयचा वेग कमी होता. रविवारची सकाळ झालेली. साधारण सकाळचे ९:३० वाजले होते. रस्तावर जास्त कोणी नव्हतेच, गाड्याही कमी होत्या. वादळाचे सर्वानी मनावर घेतलेले दिसते, अमेय स्वतःशीच हसला. बाजूलाच असलेली चहाची टपरी नजरेस पडली. विभाच्या हातचा चहा पिऊन जमाना झाला , असेच वाटले त्याला. स्वतःच्या हातची चहा पिऊन कंटाळा आला कि तो या टपरीवर यायचा. शिवाय आजची सकाळची चहा तशी आवडली नव्हती त्याला. सकाळची स्पेशल कडक चहा आवडीची. थांबला. bike फुटपाथ शेजारी लावून हाताने खूण केली. त्याला बघून चहावाला समजून गेला. लागलीच तो तयारीला लागला. अमेय bike वर बसूनच चहाची वाट बघू लागला आणि आसपासचा अंदाज घेऊ लागला. पुढील १० मिनिटात चहावाला त्याची स्पेशल चहा घेऊन आला. छान सुगंध चहाचा. पहिल्या घोटातच फ्रेश वाटले त्याला. इतक्यात समोरून एक मुलगी घाईघाईत चालत गेली. " मयूरी !! " क्षणभर अमेय चमकला. त्या मुलीने चेहऱ्यावर रुमाल लावला होता. नंतर अमेय सावध झाला. " ती इथे कुठे येईल ... " ओळखीचे ड्रेसिंग असल्याने अमेय फसला.

मयूरी नाव तिचे. एका फोटोग्राफीच्या सेमिनार मध्ये भेट झालेली. नवीनच कॅमेरा घेतला होता म्हणून आलेली सेमिनारला. तिथे आलेल्या पैकी हि एकच अशी कि तिचा आणि फोटोग्राफीचा काहीही संबंध नव्हता. उगाचच यायचे म्हणून आलेली. शिवाय त्या सेमिनार मध्ये सांगितलेले तिच्या नक्की डोक्यावरून गेले असणार , हे अमेयला तेव्हाच कळले होते. त्यादिवशीच त्याचे पहिले बोलणे झालेले. जास्त काही बोलले नाहीत फक्त कॅमेरा कसा सेट करायचा , लेन्स कशी साफ करायची हेच. दुसऱ्या सेमिनारला सुद्धा आलेली. त्यादिवशी आलेली ती तिचा नवीन कॅमेरा देण्यासाठी. का , तर फोटो काढता येत नाहीत म्हणून. अमेयला हसू आलं. त्याला काय वाटलं कोण जाणे. तिला सेमिनार संपेपर्यंत थांबायला सांगितले. संपले तसे अमेय तिच्या जवळ आला.

" उद्या मी एका ठिकाणी जाणार आहे फोटो क्लिक करायला . तुही येऊ शकतेस, कॅमेरा घेऊन. " अमेय मयूरीला बोलला.

" मला येत नाहीत फोटो काढता. म्हणून हे खेळणे तुम्हाला देयाला आली. मला कुठे घेऊन जाता. " मयूरी मुद्दाम बोलली.

" घाबरू नकोस... फी घेणार नाही. फ्री मध्ये शिकवतो तुला...असे समज .... तुझा कॅमेरा मला नको... तो तुझ्या आवडीने घेतलास ना ... तो तूच वापरावा असे मला वाटते... म्हणून बोललो मी. " अमेय तिला मदत करावी म्हणूनच बोलला. तिने हो - नाही करत मान्य केले.

अगदी ठरल्याप्रमाणे, दोघे गेले. काही फोटोग्राफीच्या ट्रिक शिकवून आणि स्वतःची फोटोग्राफी करून दोघे आपापल्या घरी गेले. असा त्यांच्या मैत्रीचा प्रवास सुरु झालेला. पुढे तिच्या प्रत्येक सेमिनार मध्ये ती असायचीच. कधी कधी अमेयला विचारून त्याच्या सोबत जायची फोटो काढायला. छान जमायचे दोघाचे. मैत्री वाढत गेली. काही दिवसांनी एकमेकांचे मोबाईल नंबर exchange झाले. मग कधीतरी फोनवर गप्पा होयाच्या. हळूहळू चॅटिंग सुरू झाले. अमेयच्या वागण्यातला बदल विभाला समजला होता. मोबाईलचे अजिबात व्यसन नसलेला , आता सतत मोबाईलवर वरचेवर बघत असायचा. आधी कॉल आला कि ५ ते १० मिनिटात ठेवणारा , आता अर्धा - पाऊण तास ... कधी एक तास बोलत असायचा. अमेय - विभाचे bike वरून फिरणेही कमी झालेलं. विभाची जागा मयूरीने कधी घेतली हे अमेयला कळलंच नाही. अमेयची घरी येण्याची वेळ बदलली आणि विभाला काळजी वाटू लागली. त्या दोघांना जेव्हा विभाने पहिल्यांदा बघितले होते तेव्हाच वाईट वाटलेले. तरी त्यांची फक्त मैत्री असावी असेच वाटले होते.

" इतका कसा गुंतलो तिच्यात .... कळले नाही. " अमेय चहाचा आस्वाद घेत विचार करत होता. योगयोग बघा किती तो .... टपरीवर सुद्धा मराठी गाणी लावली होती त्याने. लता दीदींचे गाणे लागले होते ....

" असा बेभान हा वारा
कुठे ही नाव मी नेऊ?
नदीला पूर आलेला...
कशी येऊ? कशी येऊ? "

गाणे ऐकत त्याचे लक्ष वर गेले. वर एक मोठा काळा ढग दिसला त्याला. असं वातावरण त्याला आवडायचे. पाऊस नाही आवडायचा. त्यात फोटो काढणे आवडायचे. मयूरीने नंतर कुठे फोटोग्राफी केली एव्हडी. सोबत असायची पण बरेचदा कॅमेरा आणायची नाहीच. माझ्या सोबत वेळ घालवायचा असायचा तिला. त्या काळात एक वेगळीच धुंदी होती डोळ्यावर. सारखी मयूरीच दिसायची मला. त्या धुंदीत विभा पार झाकोळून गेलेली ना.

अमेयचा चहा संपला. वारा तर वाहतच होता. वर आलेला एकमेव काळा ढग, त्यातून सैरभैर उडणारे पक्षी... किंचित त्यामधून डोकावणारी सूर्य किरणे... अगदी छान वाटावे असे काहीसं .... अमेयचा हात कॅमेराकडे गेला. पण पुढच्याच क्षणाला त्याने विचार झटकून टाकला. विभा गेल्यापासुन कशातच रस वाटेना. त्यातून " डिवोर्स "...... मनाला पटत नव्हते तिला सोडणे, सोडायचे नव्हतेच तिला. अमेय सतत प्रयत्नशील असायचा. तिच्याशी बोलणे नसले तरी तिच्या आई- वडिलांची सतत मनधरणी सुरू असायची. तिची आई , तिला अमेयचे बोलणे पटले होते. मात्र वडील रागात होते. त्यांनीच तर नोटीस पाठवली होती. इतके दिवस विभाला का भेटलो नाही , हेच अमेयच्या मनात सारखे. म्हणून आज निघाला होता.

चहा संपला, अमेय bike सुरु करणार तोच त्याला दूरवर एक मुलगा गिटार घेऊन जाताना दिसला. " एवढ्या सकाळी हा वेडा गिटार घेऊन निघाला .... " अमेयला हसायला आलं. पण लगेच त्याच्या डोक्यात काही आलं. तशीच bike उलट दिशेने आपल्या घराकडे वळवली. घरी आला आणि काही शोधू लागला. पुढल्या १० मिनिटात त्याला हवी असलेली वस्तू मिळाली.

" गिटार " , विभाची गिटार .... विभाला आवडायचे गिटार वाजवायला. रिकामा वेळ मिळाला कि विभा गिटारच्या तारांवर सुरेख ताल धरायची. शिकलेली ती गिटार वाजवायला. हि गिटार तर अमेयने वाढदिवसाचे गिफ्ट म्हणून दिलेली. कधी कधी अमेय थकून संध्याकाळी घरी आला कि विभाला खास आग्रह करून काही ऐकवायला सांगायचा आणि विभाही त्याचे मन कधी मोडत नसे. कान तृप्त

होईस्तोवर अमेय डोळे मिटून ऐकत बसायचा.

आज त्याने ती गिटार बाहेर काढली. त्याच्या तारांवरून हात फिरवला. विभा किती प्रेमाने काळजी घ्यायची.मगाशी निघताना बंद करायचे विसरलेल्या खिडकीतून थंड हवा आली आणि तिने अमेयला पुन्हा जवळ बोलावले. विभा त्या खिडकीपाशी बसूनच गिटार वाजवत बसायची. वाऱ्याने उडणारे तिचे केस , तालात तल्लीन झालेली विभा आणि त्याच्या ओठांवर येणारे हलकेसे हसू .... ते बघून दिवसभराचा शरीराचा क्षीण कुठल्या कुठे पळून जायचा. अमेयला शहारून आले. निघावे जलद विभाकडे असे मनात म्हणत अमेयने खिडकी बंद केली , गिटार तशीच पाठीला लावली. बिल्डींग खाली आला आणि जलदच bike सुरु करून निघाला.

नजर भिरभिरतंच निघाला. इतक्यात दुकाने उघडतात ना.... मासळी बाजार सुद्धा इतका म्हणावा तसा भरलेला दिसत नाही. फुटपाथवर माणसांची ये-जा आणि रस्त्यावर गाड्याही कमीच. वारा जोराने वाहत होता. अमेयची bike एका सिंग्नलवर थांबली. तिथून जवळच एक मुलगी फुले घेऊन बसायची. रोजच छान छान फुले असायची तिच्याकडे. विभा तिच्याकडूनच रोज देवा साठी फुले घेयाची... मोगऱ्याचा गजरा तिला जास्तच आवडायचा. केसात माळायची नाही कधीच , तरीसुद्धा रोज २ गजरे घेयाची आणि देवघरातील गणपतीच्या पाया जवळ ठेवायची. अमेयला ती मुलगी दिसली.

लागलीच त्याने bike तिथे वळवली. विभा माहेरी गेल्या पासून तिच्याकडे येणे नाहीच. जरा अवघडल्या सारखा अमेय तिच्याकडे आला.

" दादा !! किती दिवसांनी आलात, ताई सुद्धा येतं नाहीत .... गावाला गेल्या आहेत का ... " तिच्या कोणत्याच प्रश्नाचे उत्तर देणे अमेयने टाळले.

" मोगरा ........ मोगऱ्याचे गजरे आहेत का ... तुझ्याकडे .... " चाचपत बोलला अमेय.

" आहेत ना दादा ... रोजच असतात.... आणि रोजच हे दोन गजरे लपवून ठेवते. ताईंना आवडतात ना , किती दिवस झाले ... रोज २ गजरे

बाजूला काढून ठेवायची. तुम्ही कोणी आला नाहीत तर जाताना त्या समोरच्या वडाखाली कसलीशी एक तुटलेली मूर्ती आहे... तिच्या जवळ ठेवून निघून जायची, खरंच दादा ..... तुम्हाला बघून खूप बर वाटलं... "

तिने अमेयला २ गजरे बांधून दिले. अमेयने त्याचा सुवास मनात भरून घेतला, अशी हि विभा .... नाते जोडून ठेवते ... तिच्यासाठी हि मुलगी गजरे ठेवून देयाची... जरासा भावुक वाटला अमेय. घेऊन जाऊ विभासाठी..... खिशातून १०० ची नोट काढली आणि तिला दिली , " दादा .... सुट्टे नाहीत आहेत माझ्याकडे..... आज वादळ येते आहे ना ... सकाळ पासून आलेच नाही कोणी फुले घेयाला... " अमेयने बळेच तिच्या हातात ती नोट कोंबली...

" राहू दे ... राहू दे .... तुझ्या ताईकडून गिफ्ट समज... " अमेयच्या त्या बोलण्यावर छान हसली ती.

" सांभाळून जा दादा... वादळ येते आहे... "

अमेय bike वर येऊन बसला. तिचे शेवटचे वाक्य त्याच्या कानात राहिले. " वादळ येते आहे ... " अमेयने गजरे सांभाळून बॅगमध्ये ठेवले. पाठीला लावलेली गिटार सरळ केली. " वादळ " या विषयाचे सकाळ पासून गुणगान ऐकत होता तो. हसायला आले त्याला. " वादळ .... हम्म ... आताच्या वादळात , वादळासारखे काही राहिलेच नाही... पचवता येतात हल्लीची वादळे... ज्याचे घर आधीच मोडकळीस आलेले आहे , त्याला कसली भीती या अश्या वादळांची " अमेयने पुन्हा एकवार आभाळात पाहिले. आता बऱ्यापैकी आभाळाने त्याचा निळा रंग सोडून काळा रंग आत्मसात केला होता. वाहणारा थंड वारा चेहऱ्यावर घेतला , डोक्यावर हेल्मेट घातले आणि bike सुरू करून निघाला विभाच्या घराकडे.

===================================

" जनाची नाही तर मनाची तरी लाज ठेव अमेय .." विभा रागात बोलली. अमेयचा पारा आधीच चढलेला.

" काय बोलते आहेस विभा ... ",

" मी काय बोलते आहे ते तुला कळते आहे... बरोबर ना ... " विभा रागातच होती.

"किती खर्च करतोस तिच्यावर... सुरुवातीला मैत्रिण म्हणून खपवून घेतलं... आता लाखाचा दागिना .... कहरच केलास अगदी... " ,

" विभा ... !! तोंड बंद कर .. माझे पैसे आहेत .... मी कोणावर , किती खर्च करावा , ते मी ठरवणार ... तुला काही कमी पडू देत नाही ना ... हेच खूप आहे तुझ्यासाठी... ",

" हेच खूप आहे ... ???? आणि माझं अस्तित्व , ते नाहीच आहे का .... तुझ्या आयुष्यात माझे स्थान , तिला कसे दिलेस तू .... लाज नाही वाटली का तुला... जरा तरी विचार करायचा माझा ... " विभाच्या या वाक्यावर अमेय चांगलाच तापला.

" निघू शकतेस माझ्या आयुष्यातून .... माझे प्रेम आहे मयूरीवर ... लक्षात ठेव .... तिला सोडू शकत नाही मी... आणि तुही आमच्या दोघांत कधीही येण्याचा प्रयत्न करू नकोस .... तुझी जागा आहे ना या घरात , त्यातच राहण्याचा बघ .... नाहीतर दारे उघडी आहेत... तुझी इच्छा... !! " असं म्हणत अमेय तावातावाने बेडरूम मध्ये गेला. ते शेवटचे शब्द विभाला लागले कुठेतरी. सामान भरले आणि निघून गेली माहेरी.

अमेय त्याच्या bike वर होता. विभाकडेच निघाला होता ना. डोळ्या समोरून भूतकाळ सर्रकन त्याच्या नजरे समोरून गेला. इतक्यात पावसाची एक बारीकशी सर भेटीस आली. तसही भिजण्यापासून दूरच रहायचा अमेय. शिवाय आता विभाचे गिटार आणि स्वतःचा कॅमेरा होता ना सोबतीला. भिजावे कसाला.... त्याने bike लगेचच रस्त्याच्या कडेला लावली. आणि शेजारचीच असलेल्या एका दुकानाच्या आडोशाला जाऊन उभा राहिला. ते दुकान उघडलेलं तरी कोणीच खरेदीला आलेलं दिसतं नव्हते. दुकानातल्या एका पोऱ्याने, त्याच्या मोबाईलवर गाणी लावलेली. " टिप-टिप बरसा पानी..... पानी ने आग लगाई " अमेयच्या कानावर आले ते गाणे... हसला किंचित .. पाऊस सुरु झाला नाही तर पावसाची गाणी आठवायला लागली लोकांना ......

" हो तर .... पाण्यानेच आग लावली .... माझ्या आयुष्यात ... " अमेय गाणे ऐकत जुने दिवस आठवू लागला.

अश्याच एका सेमिनारला अमेयला बोलवले होते. अर्थात तेव्हा सावली सारखी असलेली मयूरी सोबतच होती. वेळेच्या आधी १ तास तरी जाण्याची सवय अमेयला. ते सेमिनार सुद्धा अमेयच्या घरापासून अगदी जवळ. त्यामुळे अमेय सहज पोहोचला. मयूरीसुद्धा आलेली. पण आदल्या रात्री आलेला मुसळधार पाऊस आणि सकाळ पासूनच्या संततधार .... सेमिनारला ३-४ लोक आलेली फक्त. काय करणार , रद्द केले गेले सेमिनार.

" शी !! ... हा पाऊस ना ... भलत्या वेळी येतो आणि वाट लावतो... " अमेय चिडलेला.

" एवढा काय चिडतोस ... पाऊस किती रोमँटिक असतो ... " मयूरी लाडात म्हणाली. अमेयने एक त्रासिक नजर तिच्यावर टाकली.

" चल मग .. निघू ... तुही लवकर घरी जा ... नाहीतर अडकून पडशील ... " अमेय पावसाकडे पाहत बोलला.

" घरी काही काम नसेल तर ..... जाऊया का फिरायला ..... bike वरून ... " मयूरीने दबक्या आवाजात विचारलं.

" पावसाचे फक्त फोटो काढायला आवडतात मला. भिजायला नाहीच. मग ते सर्दी , खोकला , ताप ... कशाला हवे ते नसते ' ताप ' डोक्याला .... " ,

" चल ना .... एकतर आठवड्याने भेटतो आहोत .... तेही या सेमिनार मध्ये ... गेलोच नाही कुठे फिरायला..... प्लिज !! जाऊया ना .... मलाही कुठे आवडते भिजायला....आज वेळ आहे, जाऊया ना ... जास्त वेळ नको अगदीच १५ मिनिटे ..... प्लिज .... प्लिज .... प्लिज .... !! " मयूरीच्या मधाळ बोलण्याचा चांगला परिणाम झाला अमेयवर.

" चालेल ... चल ... पण जास्त नाही हा फिरायचे.... उगाचच आजारी पडलीस तर मला नावे ठेवशील. " अमेयने त्याचे सामान , कॅमेरा तिथेच सेमिनारच्या आयोजकांकडे ठेवायला दिले. ओळखीचे होते तेही. ठेवले सामान. bike सुरु केली आणि मयूरीला घेऊन निघाला.

bike सुरु होती आणि यांच्या गप्पा ही .... आठवड्याने भेटत होते ना .... १५ मिनिटांसाठी बाहेर पडलेले , आता बरेच पुढे आलेले.

समुद्रकिनाऱ्याच्या पाऊस अनुभवायला , अमेयने त्याची bike त्यादिशेने वळवली. छानच !! समुद्राचा धीर गंभीर आवाज .... त्यात मुरलेला थंडगार झोबणारा आणि वरून रिमझिम पाऊस ... अशी खमंग भेळ केलेली निसर्गाने ... अमेय सुखावला. मयूरीला दुरुनच काही दिसलं.

" ते बघ ... मला वाटते तिथे मक्याचे कणीस भाजत आहेत.. चल ना खाऊया... सॉलिड भूक लागली आहे मला... " अमेय तिचे सर्व ऐकायचा जणू... लगेच तिथे पोहोचला देखील. मस्त गप्पा मारत , मक्याचे २ - २ कणीस पोटात गेले सुद्धा. खाताना यांच्या लक्षात आलेच नाही कि पावसाचा जोर वाढलेला.

" निघूया घरी ... पाऊस चांगलाच कोसळतो आहे. " निघाले दोघे. bike जवळ आले आणि जोराची वीज कडाडली. मयूरीने अमेयला घट्ट मिठी मारली. अनपेक्षित होते ते. थोडावेळ दोघे तसेच पावसात. नंतर अमेय भानावर आला. मयूरीची मिठी सोडवली. तिनेहि " सॉरी " म्हटले. अमेयने bike सुरु केली आणि निघाले. पुन्हा एकदा वीज कडाडली आभाळात. मयूरी त्याला मागून घट्ट पकडून बसली. विभा अशी कधीच चिटकून , बिलगून बसत नाही, अमेयच्या मनात येऊन गेले.

" सॉरी यार ... मला या विजेची खूप भीती वाटते. अशीच बसून राहू का ... चालेल ना तुला... " ,

" एवढी घाबरतेस .... हाहाहा .... भित्री कुठली... " अमेय बोलला तशी मयूरी हसली. थोड्यावेळाने दोघेही एकमेकांच्या घरी पोहोचले , पण त्याच दिवसापासून दोघांना एकमेकांविषयी ... जास्त करून अमेयला तिच्या बद्दल काही खास वाटू लागलं.

आताही विजेचा अस्पष्ट असा आवाज त्याच्या कानी पडला. " त्या दिवशी सरळ घरी आलो असतो तर विषय पुढे वाढलाच नसता..... तरी काय .... या जर-तर च्या गोष्टी .... जाऊ दे .. " पावसाची सर आल्या पावली निघून गेली आणि पुन्हा विभाकडे जाण्यास निघाला. ५ मिनिटेच झाली असतील, जास्त पुढेही गेली नव्हती त्याची bike आणि पुन्हा पावसाची सर आली. करणार काय .... थांबला पुन्हा . " या पावसाचा ना असाच ताप असतो .... नुसता चिकटपणा .... चिखल ... सगळीकडे नुसतं ओलं ओलं .... धड प्रवास सुद्धा करू देत नाही हा ... " मनातच

पावसाला शिव्या घालत अमेय आडोशाला उभा होता.

१०-१५ पावलावर वडापावची गाडी , त्यावर त्याने कांदाभजी तळायला घेतलेली. वादळ येणार असले , तरी पोटातले वादळ आधी शांत करायला हवे , असे मानणारे ४-५ जण , गाडीच्या अवती-भोवती उभे राहून वडापाव - कांदाभजी वर ताव मारत होते. अर्थातच कांदाभजीचा खमंग सुवास अमेयच्या थेट मनात भरला. " एवढ्या सकाळी ... वडे - भज्या खात आहेत .... भूक तरी कशी लागते सकाळी सकाळी... " सकाळचे १० वाजत होते. तो म्हणाला खरा , पण त्याच्याही तोंडाला पाणी सुटलेले. नास्ता कुठे केलेला त्याने, विभा माहेरी गेल्यापासून नास्ता बंदच. कधीतरी सोसायटी खाली असलेल्या मिठाईवाल्याकडून सामोसा आणून खायचा . तोच नास्ता ... पण विभा सारखं कोणाला जमणार. असा पाऊस सुरु झाला कि कांदाभजी करायची ना ती... गुपचूप करायची. एकदम surprise देयाची मला . गरमा - गरम , कुरकुरीत कांदाभजी - वाफाळता , तिच्या हातचा चहा..... बाहेर पाऊस आणि मग खाण्यात रमलो कि गिटार घेऊन खिडकीपाशी बसायची...... वेडाच करून टाकायची ना ती... अमेयला खुद्कन असू आलं.

विभा - अमेयचे arranged marriage... दूरच्या ओळखीने दोघांचे लग्न जुळले. अमेय तसा यात न पडणारा. तो त्यावेळेस बँकमध्ये जॉब करायचा. काम एके काम. लग्नाचे वय झाले म्हणून लग्न करावे, यासाठी पहिलेच स्थळ बघायला गेला अमेय. वरचेवर बोलणी झाली. विभाने होकार कळवला, कारण अमेय आधीच बोलला होता कि जी मुलगी मला पसंत करेल , तिला मी पसंत करिन. त्यावेळी अमेयने विभाला फारसे निरखून पाहिले नव्हते. मोबाईल वर काय ते बोलणे होयाचे. भेटणे असे नाहीच. तेव्हा नवरात्रीचे " दिवस " होते. अमेयला भारी आवड गरबा खेळायची. रोजच जायचा. अमेयला प्रत्येक दिवशी वेगवेगळ्या ठिकाणी गरबा खेळायला आवडायचे. विभाही गरबा खेळायला जायची पण तिच्या सोसायटी समोर असलेल्या मैदानात.

दसऱ्याच्या दिवशी , सकाळीच विभाने मोबाईल वरून अमेयला दसऱ्याच्या शुभेछ्या दिल्या. नेहमी सारखे बोलणे झाले. गरब्याचा विषय ओघाने निघाला.

" मी जाते कि गरबा खेळायला.... आमच्या सोसायटी समोर मोठे मैदान बघितले ना तू .... आमच्याकडे आलेला तेव्हा... तिथेच जाते मी... ",

" मला तर गरबा आणि दांडिया .... दोन्ही खेळायला आवडतात.... मी तर दररोज वेगवेगळ्या ठिकाणी जातो... मज्जा वाटते.. " ,

" गरबा खेळायला कि मुलींना बघायला जातोस ... " विभाने मजेदार टोमणा मारला. अमेयला आवडला टोमणा.

" तस समजू शकतेस... पण मी छान नाचतो हा ... बाकीच्या मुलांसारखा फक्त मुलींना बघत राहत नाही हा ... " दोघेही हसले. बोलणे झाले. दसऱ्याची पूजा झाली. संध्याकाळ होताच अमेय गरब्याची तयारी करू लागला. मित्र खाली bike घेऊन उभा होताच. त्यांचे आजचे जाण्याचे ठिकाण ही ठरलेले. अमेयच्या मनात काय आलं. त्याने मित्राला विभाच्या इथे जाऊ असे सांगितले. अमेयने रस्ता दाखवत मित्रालासुद्धा सोबत आणले. तेव्हा रात्रीचे ८ वाजत होते. गरबा ९ वाजता सुरु होणार अशी माहिती मिळाली. जास्त कोणी आलेले हि नाही. एक तास काय करावे , म्हणून त्याचा मित्र " मैदानात पाय मोकळे करून येतो " असे म्हणत निघून गेला. अमेय मात्र एका ठिकाणी उभा राहून त्या गेटमधून येणाऱ्या प्रत्येकावर नजर ठेवत होता. विभाला surprise देयाचे होते ना. तो तरी तिथे किती वेळ उभा राहणार. अमेय अर्ध्या तासातच दमला. मित्राला शोधण्यासाठी तोही मग मैदानात फिरू लागला. आता तर बऱ्यापैकी गर्दी झालेली. नटून-थटून आले होते सर्वच. अमेय मित्राला शोधत शोधत मैदानाची एक फेरी मारून आला. " कुठे गेला हा... " म्हणत पुन्हा त्याच जागी येऊन उभा राहिला. घड्याळात पाहिले तर ९:१५ झालेले. मित्राला शोधण्याच्या नादात विभाचा विसरच पडला त्याला. नजर फिरवत मित्राला शोधत होताच, तीच त्याची नजर गेटमधून आत येणाऱ्या विभावर खिळली. सोबत २ मैत्रिणी होत्या.

अमेय तर बघतच राहिला. पहिल्या भेटीत दिसलेली विभा आणि आता समोर दिसणारी विभा , किती फरक. छान चुडीदार , नक्षीकाम केलेला पायघोळ झगा , असे काय म्हणता येईल ते , असे परिधान केलेलं. मोरपंखी रंगाचा तो ड्रेस , विभावर आणखीच खुलून दिसत होता.

त्याच रंगाची ओढणी तिच्या गळ्याभोवती. दुरूनच तिच्या गळ्यातील सुंदर अशी मोत्याची माळ अमेयच्या नजरेत भरली. त्यालाच शोभेसे असे कानातले डूल आणि हातात नाजूक अश्या बांगड्या. कपाळावर बरोबर मध्यभागी एक लहानशी चंद्रकोर बिंदी... मेकअप शिवायच होती ती, तरी इतकी सुंदर .... मैत्रीणी सोबत ती गप्पा मारत अमेयच्या अगदी बाजूने चालत गेली. तिने लावलेल्या सुगंधी अत्तराचा गंध अमेयच्या नाकात शिरला आणि एकंदरीत तिला बघून वेडा झालेला तो , आता पहिल्यांदा कोणाच्या तरी प्रेमात पडला. तीच वेळ होती, अमेयला पहिल्यांदा कोणी इतके आवडले होते. बोलता बोलता विभा त्या गर्दीत मिसळून ही गेली. नजरेआड झाली तसा तो भानावर आला. अमेय टाचा उंचावून तिला शोधू लागला. एव्हाना गरबा सुरु झालेला , त्याचबरोबर खूप गर्दीही वाढत चाललेली. विभा कुठेच दिसतं नव्हती.

तिला शोधतच अमेय फिरत होता. मध्ये मध्ये तिचे 'दर्शन' होयाचे, लगेच गर्दीत गायब. गरबा खेळायचे सोडून अमेय तिलाच शोधत फिरत होता. होणारी बायको असली तरी अमेय प्रथमच इतका उतावीळ झालेला. खरं तर , हे सर्व पहिल्यांदाच अमेयच्या बाबतीत घडत होते. विभा त्याला त्या गर्दीत दिसत तर होती , पण जवळ जाई पर्यंत दुसरीकडे निघून गेलेली असायची. शेवटी दमून तो गर्दीतून बाहेर आला. कपाळावरचा घाम पुसला. आणि तिथूनच विभाला शोधू लागला.

" भेटली का .... जिला मघापासून शोधतो आहेस ती ..." अमेयच्या मागून आवाज आला.

" नाही ना ..... क्षणभर दिसते आणि लगेच नजरेआड होते. शोधावे तरी कसे... " अमेय अजूनही विभाला शोधत होता. मागे न बघताच त्याने उत्तर दिले.

" ती एक म्हण ऐकली आहे का ... काखेत कळसा, गावाला वळसा... " मागून पुन्हा कोणीतरी बोलले.

" काय ...... कळले नाही मला ... " अमेय मागे बघत बोलला. मागे विभा ....हसत त्याकडे बघत होती. केव्हढ्याने दचकला अमेय. गडबडला... हातातल्या दांड्या उडाल्याच. विभाला केवढे हसू आले त्याची तशी स्थिती पाहून.

" म .... मी .... त.... ते ..... ब ... शो ... " अमेयला तिच्याशी धड बोलताही येतं नव्हते.

" हि कोणती भाषा ... म .... मी .... त.... ते ..... ब ... शो .. मला नाही कळत हि भाषा... " विभाच्या या वाक्यावर अमेयला हसू आलं. सावरला तो.

" तुला तर मी खूप आधीच बघितले होते. तू बोललास ना ... चांगला गरबा खेळतो मी , कसा खेळतोस ते बघायचे होते.... झाला असेल ना तुझा गरबा खेळून ... " विभाने हसतच त्याला टोमणा मारला.

" हो ना .... झाले नाचून .... किती वेळ नाचवलेस ... घाम काढलास अगदी... लग्नाआधीच इतकं नाचवलेस , लग्नानंतर काय होईल , देव जाणे ... " अमेय बोलला तसे दोघेही हसू लागले. arranged marriage चे love marriage मध्ये असे रूपांतर झाले.

अमेयला क्षणात सर्व आठवलं. पाऊसही थांबलेला , वाऱ्याने चांगलाच जोर धरलेला. वादळ जवळ येतं होते. रस्त्यावर एक वेगळीच शांतता होती. रस्त्यावर वर्दळ नव्हतीच. अमेयने bike वरचे पाणी पुसले. शेजारून एक टेम्पो त्याच्याच धुंदीत गेला. मोठ्या आवाजात लावलेली गाणी , साहजिक अमेयचे लक्ष वेधले त्याने. कानावर गाणे आले.

" देर ना हो जाए ,कहीं देर ना हो जाये...... आजा रे, के मेरा मन घबराए...... " अमेय तो टेम्पो नजरे आड होईपर्यंत त्याला बघत होता. विचार आला मनात..

" हो .. हो ... लवकर निघायला हवे .... पाऊस पुन्हा येण्या आधी विभाकडे पोहोचू .... " पुढल्या १५ मिनिटात अमेय विभाच्या सोसायटी बाहेर होता. पावसाने बराच काळोख केलेला. थंड वाराही आता सोबत करत होता भरलेल्या पावसाला. विभाचा फ्लॅट समोरच, अगदी सोसायटीच्या गेटसमोरच. bike वरून उतरला. पाठीला गिटार लावली. खास विभासाठी आणलेली त्याने. हलके हलके पावले टाकत विभाच्या दारासमोर येऊन उभा राहिला. दाराची बेल वाजवायची हिंमत होत नव्हती. तरी आत जावेच लागणार. शेवटी बेल वाजवली त्याने. काळजातली वाढलेली धडधड त्याला स्पष्ठ जाणवत होती. विभाला

भेटणे खूपच गरजेचे आहे. तिच्या वडिलांचा खास राग अमेयवर. त्यांनीच दार उघडले तर... काय बोलू आपण ... काही बोलू शकू का .... अमेय हेच विचार मनात घोळवत तिथे उभा होता. कोणीतरी दार उघडलं. " पप्पा .... इतका वेळ कुठे राहिलात .... पाऊस बघा .... " विभा दरवाजा उघडत बोलली पण तिचे बोलणे अर्धवट राहिले. अमेयला बघून पुढे बोलू शकली नाही. अमेय सुद्धा तिच्या कडे बघत उभा होता. अगदी दुसऱ्या भेटीत जसे एकमेकांना बघत होते , तसेच आताही उभे राहिलेले.

" आत नाही बोलावणार का मला ... येऊ शकतो ना आत... " अमेय बोलला. विभा भानावर आली.

" हो ..... हो .... ये ... ना .... आत.." विभा त्याला आत घेऊन आली. अमेय सोफ्यावर बसला.

" पाणी आणते थांब ... " म्हणत विभा आत पळाली.

अमेय घर न्याहाळू लागला. एका कोपऱ्यात असलेल्या खिडकीपाशी रेडिओ सुरु होता. सकाळी रेडिओ ऐकायची अमेयचीच सवय विभाला लागलेली. छान वाटलं अमेयला. विभाला घर सजवायची आवड होती, तिनेच सजवले असणार , अमेय मनात बोलला. अमेयने कानोसा घेतला, विभाचे आई-वडील घरात नाही वाटते. मघाशी ही दार उघडताना " पप्पा उशीर केलात " असंच विभा बोलली. अमेय विचार करत होता , तर विभा पाणी घेऊन आली. गटागटा पाणी पिऊन टाकले. ग्लास खाली ठेवला.

आता !!.....

काय बोलावे तेच कळेना दोघांना . विभा तिच्या ओढणीशी उगाचच बोटांनी खेळत होती. अमेयच बोलला मग.

" कशी आहेस विभा .... !! " ,

" कशी दिसते तुला ... " विभाने लगेचच विचारलं . अमेय पुढे काही बोलू शकला नाही कि विचारू शकला नाही. अमेयने आणलेली गिटार , विभाचे लक्ष गेले त्यावर.

" तुझी गिटार ..... विसरलीस तू .... घाईत निघालीस ना ... येताना घेऊन आलो... " ,

" विसरली नव्हतीच मी ..... " अमेयला विभाने पुन्हा निरुत्तर केले. अमेय पुन्हा गप्प झाला. पुढे विभाने त्याला विचारलं,

" वाळलास तू ...जेवत नाहीस का वेळेवर ... " ,

" कधी आईकडे जाऊन जेवतो , घरी स्वतःहून करायला कंटाळाच करतो मी... कधी कधी न जेवताच झोपी जातो... ",

" इतकं काम करतोस .... कि वेळेचं भान रहात नाही... " त्यावर जरासं हास्य दिसलं अमेयच्या चेहऱ्यावर ...

" काम नाही ...... मन लागत नाही त्या घरात .... तू गेल्यापासून... " अमेय पट्कन बोलून गेला. खरच !! विभा गेल्यापासून अमेय फारच कमी खायचा. विभाला भरून आलं.

" गिटार देण्यासाठी आलास ... " ,

" नाही ..... तुझ्या पप्पांनी बोलावलं होते. कुठे आहेत ते .. " ,

" मम्मी - पप्पा मॉर्निंग वॉक साठी गेले आहेत. पाऊस पडतो आहे ना मध्ये मध्ये ..... थांबले असतील कुठेतरी ..... पण तुला इतक्या सकाळी भेटायला बोलवलं ... कशाला .. " विभाने विचारलं. बाहेर कमालीच काळोख पसरत चालला होता.

" परवा बोलले कि रविवारी डिवोर्सचे पेपर्स घेऊन ये.. त्यासाठी .... " अमेय पुढे बोलू शकला नाही. कारण त्याने विभाच्या डोळ्यात पाणी बघितले.

" वारा सुटला आहे खूप ..... खिडकी बंद करून येते ... " विभा काहीतरी बहाणा करून त्याच्या समोरून उठली. आणि खिडकी जवळ आली. तिला वाईट वाटले हे अमेयला कळलं.

" थांब विभा ..... " अमेयही तिच्या मागोमाग. " मला नाही गमवायचे तुला. डिवोर्सचे पेपर फक्त कारण आहे. माझी चूक तेव्हाच कळली जेव्हा तू सोडून इथे आलीस. किती try केले तुला भेटायला, तुझ्याशी बोलायला.... तुझ्या समोर यायला लाज वाटायची आणि तुझ्या पप्पानी बोलूच दिले नाही. तुझ्या आईशी तेवढे नीट बोलणे होते. खरच विभा ... नाही गमवायचे तुला. " विभा आता रडू लागली.

" मग .... इतके महिने ...... एकदा तरी आलास का भेटायला .... आज , एव्हडे वादळ येते आहे .... तेव्हा आलास ... जराही काळजी नाही

स्वतःची... आणि किती बारीक झाला आहेस ... मी गेली म्हणून काय झालं .... जेवायचे ना पोटभर... " विभा रडतच बोलत होती. अमेयचे डोळेही पाणावले.

" कसा जेवू .... चवच निघून गेली माझी... चल ना विभा .... चल ना घरी... ते घर तुझी वाट बघते आहे.... " अमेय बोलत होता. विभा त्याच्या गालावरून हात फिरवत होती. प्रेम हे असेच असते. दोघानी एकमेकांचे डोळे पुसले.

शांत झाले दोघे. " फोटोग्राफी करत नाहीस हल्ली. तुझ्या social network वर गेल्या काही महिन्यापासून एकही फोटो टाकला नाहीस तू ... " विभा...

" मनच लागत नाही, ती नजर कुठेतरी हरवून गेली आहे. तुझ्या येण्याने सर्व काही ठीक होईल. येशील ना सोबत ... तुला सोबतच नेणार आहे मी. " अमेयच्या या बोलण्यावर हसली विभा. पण तिचे ते हसू फारच क्षणिक ठरले. विभाला मयूरी आठवली. अमेयला तिने थेट प्रश्न केला.

" आपल्या दोघात आलेल्या तिसऱ्या व्यक्ती मुळे आपल्यात दुरावा आला. तिचा प्रश्न तर अजूनही तुझ्या आयुष्यात असेल ना .... माझ्या येण्याने पुन्हा प्रश्नचिन्ह उभे राहील तुमच्या दोघात... " अमेयने हात जोडले.

" नाही नाही विभा ... हात जोडून सांगतो... खरच .... ती नाही आता माझ्या कोणत्याच गोष्टीत... आणि पुन्हा कधीच ती माझ्या आयुष्यात येणार नाही , किंवा अशी चूक पुन्हा नाही .... कधीच नाही.... वचन देतो तुला... " विभा काही बोलली नाही...

" पण पप्पाना कसे समजावशील.... " विभाने विचारलं.

" आधी सांग ... प्रेम आहे ना माझ्यावर ... " अमेयने उलट प्रश्न केला. विभाने त्याचे हात हातात घेतले...

" खूप ... खूप प्रेम करते तुझ्यावर ... घर सोडून आली तरी तुझाच विचार... मम्मी सांगायची ना तुमचे फोनवरचे बोलणे... रडायचा तू बोलताना ... तेही सांगायची... का वागलास असा तू .... मला नाही सोडायचे होते तुला .... " दोघांनी एकमेकांना घट्ट मिठी मारली.

थोडावेळ तसाच गेला.

सावरले दोघेही. " चहा ठेवू का ... " विभाने विचारलं.

" हो हो .... चालेल ना .... तुझ्या सोबत तुझ्या हाताचे जेवण , चहा ... खूप मिस केले मी. टोपभर चहा केलास तरी चालेल.... " अमेयच्या बोलण्यावर विभा हसतच किचन मध्ये गेली. अमेय खिडकीपाशीच उभा होता. चहा उकळत ठेवून विभा काहीतरी घेऊन बाहेर आली.

" हे बघ ... तुझी आठवण म्हणून तुझे डेनिमचे जॅकेट सोबत घेऊन आलेली मी... " विभा त्याला जॅकेट दाखवत म्हणाली.

" अगं ते .... " अमेय पुढे बोलणार तोच विभाचे आई-वडील आले. अमेयला बघून तिचे पप्पा संतापले.

" एवढ्या लवकर आलास ..... १०:३० च वाजत आहेत... एव्हडी घाई झाली आहे का तुला डिवोर्सची.... " ,

" तस नाही पप्पा... " पुन्हा त्यांनी अमेयला मधेच थांबवले.

" पप्पा अजिबात बोलायचे नाही.... " ,

"ok ... ok ... सर , माझे ऐकून घ्या... मी विभाला भेटण्यासाठी आलो फक्त... तिच्याशी बोलायचे होते मला.... " ,

" तिच्याशी बोलायला इथे बोलावले नाही.... डिवोर्सचे पेपर्स आणलेस का .. " विभाचे वडील ऐकायला तयारच नव्हते.

" अहो ... त्याचे ऐकून तर घ्या .... काय बोलतो ते बघा .. " विभाची आई बोलली.

" चूप बस्स तू ... या अश्या मुलींना फसवणाऱ्या माणसाला तर घरातही घेऊ नये कोणी.. " अमेयला याचा राग आला पण स्वतःला त्याने शांत केले.

" पप्पा ... सॉरी !! सर .... चूक झाली .... मान्यही केले. आणि त्याचा पश्चाताप सुद्धा होतो आहे. मला विभाला नाही सोडायचे. प्लिज ... !!! ऐकून तर घ्या.. तिला पुन्हा कधीच त्रास होणार नाही... " ,

" आणि झालेला त्रास ... तो विसरून जायचे का आम्ही..... विभाने.... ते काही नाही ... डिवोर्सचे पेपर्स दे आणि चालता हो माझ्या घरातून .... " ,

" अहो सर .... पण तिला तरी विचारा .. तिच्या मनात काय आहे ते ... बोल विभा... " अमेयने विभाकडे पाहिलं.

" पप्पा .... मला नको आहे डिवोर्स... त्याच्यावर माझा पूर्ण विश्वास आहे... मीही त्याला माफ केले आहे .... नका ओरडू त्याला... " विभा बोलली. पण तिचे वडील रागातच.

" तू तर बोलूच नकोस .... त्याच्यावर विश्वास ठेवूनच लग्न लावून दिले होते , काय केले याने ..... चांगला जॉब सोडून घरी बसला होता. तू मदत केलीस म्हणून ..... आताही काय केले तुझ्याशी त्याने .... दुसरी बाई आणणार होता ना घरात ... " विभाला ओरडले. आता अमेयकडे बघत म्हणाले. " ये ... तू .... पेपर दे .... आणि निघ .... "

अमेयने त्याच्या बॅगमधून पेपर बाहेर काढले. बॅग उघडताच आत ठेवलेल्या मोगऱ्याच्या गजऱ्याने आपले अस्तित्व दाखवले. सुगंध दरवळला. अमेयने विभासाठीच आणलेले ते , बोलता बोलता विसरून गेला. विभाच्या वडिलांनी पेपर निरखून बघितले.

" हे काय ... अडाणी आहेस का ... सही करून आणायला सांगितले होते ना ... एकही केली नाहीस.... ",

" नाही केली सही .... आणि करणार हि नाही.. एवढं वाटते ना ,.... तर आधी विभाला सही करायला सांगा .... तिला मी नको आहे हेच मान्य करीन. तिने सही केली तरच मी सही करीन ... " इतकं बोलून अमेयने बॅग उचलली आणि घराबाहेर आला.

बाहेर सोसाट्याचा वारा ... संध्याकाळी ७ वाजता होणारा काळोख ... सकाळीच झालेला. वादळ आणखी जवळ आले वाटते , अमेय वर आभाळात बघत होता. विभाही दारात आली. तिथे खिडकीपाशी सुरु असलेल्या रोडिओ वर छान गाणे लागले.

" मेरा कुछ सामान...... तुम्हारे पास पड़ा हैं, सावन के कुछ भीगे भीगे दिन रखे हैं..... " गाणं ऐकून अमेयला गजऱ्याची आठवण झाली.

" तुझ्यासाठी आणलेले... तुला आवडतात ना.... घे .... " विभाने ओंजळीत घेतले. पुन्हा पाणावले डोळे. तिलाही काही आठवलं. ते डेनिमचे जॅकेट बाहेर आणले तिने... " भिजत जाणार का .... " विभा पुढे काही बोलणार इतक्यात तिच्या वडिलांनी तिला जोराने हाक मारली.

विभा रडतच आत गेली. तिच्या वडिलांनी त्याच्या समोरच दरवाजा धाड्कन बंद केला. अमेय थोडावेळ थांबला. विभाची वाट बघत. त्याला अपेक्षा होती, विभा येईल म्हणून.... आलीच नाही ती. एका चुकीची एवढी मोठी शिक्षा मिळेल असे वाटले नव्हते त्याला. विभा नाही माफ करणार , माफ केले तरी तिच्या वडिलांच्या पुढे जाईल असे नाही वाटत.. तिचे वडील आम्हा दोघांना वेगळे करूनच राहतील आता, असा विचार मनात घर करू पाहत होता. वारा प्रचंड वेगाने वाहत होता. अमेयने bike सुरु केली. पुन्हा एकदा त्याने मागे वळून पाहिलं. विभा आलीच नाही.... निघाला शेवटी.

डोळ्यात पाणी घेऊनच निघाला. १० मिनिटात पावसाने सुरुवात केली. पावसाचा तसाही कंटाळा करणारा अमेय , भिजणार नव्हताच. आता तर गिटारही नव्हती सोबतीला. कॅमेरा बॅगमध्ये सुखरूप होता. पावसाच्या पाण्याने भिजण्याचा काही प्रश्न नव्हता. तरी अमेय थांबला. पाणावलेल्या डोळ्यांनी त्याला पुढचा रस्ता अस्पष्ठ दिसत होता. bike एका बस स्टॉप पाशी उभी करत तिथेच जाऊन बसला. जोराचा पाऊस. अमेय पाऊस बघत बसला. अंगावर शिरशिरी येतं होती. त्यात विभाच्या आठवणीही गडद होऊ पाहत होत्या. त्या आठवणी त्याला आणखीच भावूक करत होत्या. पावसाचा जोर आणखीच वाढला. त्या बस स्टॉपच्या मागे असलेल्या चहाच्या टपरीवर रेडिओ सुरु होता. " कमाल आहे... आज सर्वांना सकाळीच गाणी ऐकायची आहेत का ... .. " मनात म्हणत कोणते गाणे लागले आहे ,ते ऐकण्याचा प्रयत्न करू लागला. सुरु असलेले गाणे त्याच्या आवडीचेच....

" लगी आज सावन की फिर वो झड़ी है........ " खास आवडीच्या मोजक्या गाण्यातले हे एक ..... पण आज ते गाणे ऐकून त्याच्या मनात भलतीच कालवाकालव झाली. नकोच ऐकायला ते गाणे... अमेय डोळे मिटून बसला. अचानक त्याला कोणीतरी रडते आहे , असा भास झाला.

त्याने बघितले , त्याच्याच पायाजवळ कुत्र्याचे एक लहान पिल्लू , स्वतःच्या अंगाचा गोळा करून बसलेले... पूर्ण भिजलेले ... थंडीने कुडकुडत होते... त्याच्याच रडण्याचा आवाज तो. अमेयने त्याला उचलून घेतले. अंगावरच्या डेनिमच्या जॅकेटची आठवण झाली. विभाला

सांगायला विसरलो... जॅकेट माझे असले तरी ते मयूरीने गिफ्ट म्हणून दिलेले. तीची काहीच आठवण नको होती त्याला. जॅकेट अंगावरून काढले, त्या लहानग्या पिल्लाला अमेयने जॅकेट मध्ये गुंडाळले. थंडी कमी झाली त्याची. अमेयने पावसाकडे पाहिलं. विभा निघताना बोलली होती , " भिजत जाणार का ... " तिचे ते शब्द आठवले त्याला. बसल्या जागेवरून उठला. पावसाकडे पाहत म्हणाला,

" सकाळ पासून मला भिजवायचा प्रयत्न करतो आहेस ना ..... घे .... भिजव किती ते ... बघूया आधी कोण थकते ते ... तू कि मी ... " अमेय पावसात येऊन उभा राहिला. पाठीवर बॅग लावली. bike वर येऊन बसला. त्या पिल्लाकडे पाहिले एकदा , आता ते पिल्लू जॅकेटमध्ये छान बसलेले, चांगलीच ऊब मिळत होती त्याला.

अमेय किंचित हसला त्याला बघून.... लगेच विभाचे शब्द पुन्हा आठवले त्याला.... " भिजत जाणार का .... " विभाला काय बोलू आता.... कसे समजावू तिला .... अश्या आडोशाच्या काय फायदा .... घरचं गळते आहे माझे ... ती गेल्या पासून ... अमेयने पावसात सुद्धा येणारे अश्रू पुसले ओल्या हातानेच. घरी तरी कसा जाऊ .... काय राहिले आहे आता तिथे.... bike सुरु करून वेगळ्याच दिशेने निघून गेला. कदाचित ...... फाटलेले आभाळ जोडायचे होते .... त्यालाच... !!

==================================

अमेय bike घेऊन भरधाव निघालेला. कदाचित या शहरापासून दूर गेलो तरच मन शांत होईल , असेच वाटत होते त्याला. पावसाचा जोरही प्रचंड वाढलेला. वाटते , वादळ शहरच्या अगदी समीप आलेले. अचानक मोठा आवाज झाला आणि अमेय पासून काही फुटांवर झाडाची एक मोठी फांदी पडली. त्याने bike जागीच थांबवली. घाबरला. आणखी काही अंतर पुढे असतो तर .... अमेय विचार करूनच घाबरला. थोडावेळ तसाच पावसात , bike वर बसून... पावसाचे थेंब जास्तच टोचत होते. थोडावेळ थांबून पाऊस कमी झाला कि निघू , असा विचार करत त्याने bike एका बाजूला नेली. आडोसा असा नव्हताच. त्यात कधी पासून भिजत होता पावसात , थंडी जाणवू लागलेली त्याला. पावसात भिजायची सवय नसली कि

असे होते. bike घेऊन पुढे आला , तर पुढे त्याला एका मशिद दिसली. सध्यातरी त्याचेच दार उघडे दिसले. जाऊ कि नको ... विचार करत होता. शेवटी .... जाऊयाच ... म्हणत तिथेच bike लावून आत शिरला. जास्त आत गेला नाही, दारातच उभा राहून पाऊस थांबायचा किंवा कमी होयाची वाट बघू लागला.

" चहा देऊ ला सर ... " मागून आवाज आला. मागे वळून पाहिले तर एक लहान मुलगा होता. अमेयने त्याला न्याहाळून पाहिले, शाळेत जाणारा वयाचा मुलगा.

" न .. नको ... मी पाऊस आला म्हणून थांबलो होतो ... सॉरी !! " म्हणत अमेय निघाला.

" जाऊ नका सर .... मी काही निघून जा असे म्हणालो नाही.... " तो मुलगा बोलला.

" मी हिंदू आहे .. आणि हि जागा ... " ,

" मग काय झाले सर... आम्हीही देवळात जातो कि... तुमचा देव तसा आमचा अल्लाह... वाटसरूंना मदत करायची नाही तर कोणाला, वाटसरूंचा धर्म नसतो सर , मीही इथेच राहतो , या मशीदमध्ये ... माझ्या कुटूंबासोबत... तुम्हाला मगाशीच पाहिले मी, भिजलेले आहात , बाहेर वादळ आहे. गारठला असाल म्हणून विचारले. थोडा चहा घेणार का .. थंडी निघून जाईल... "

अमेय थांबला. आत गेला नाही , कारण पायात शूज होते. भिजलेले !! काढून पुन्हा घालावे , इतके प्रिय काय नव्हते ते. शिवाय देवाच्या ठिकाणी पायात काही नको , अश्या विचारांचा होता अमेय म्हणून जागीच बसला. त्या मुलाने चहा सोबत २-४ बिस्किटे आणून दिली. भूक लागलेली. बिस्कीट -चहा घेत आजूबाजूचे पाहू लागला. मघापासून एक छान पण अस्पष्ट अशी धून त्याच्या कानावर पडत होती. गाण्याचा शौकीन असलेला अमेय लगेचच कोणतीही धून पकडायचा. आतमध्ये कुठंतरी लागले असणार गाणे. ताला - सुरावरून त्याने लगेचच गाणे ओळखले. A.R. रेहमान यांचे " कुन फायाकुन कुन.. " गाणे होते. अमेय हसला. किती विलक्षण योगायोग !! मूवी मध्ये सुद्धा हे गाणे अश्याच एका मशीद मध्ये चित्रित झाले आहे. आणि आपणही हे गाणे अश्याच

एका ठिकाणी बसून ऐकतो आहे. कमाल आहे ना ...

" जब कहीं पे कुछ नहीं, भी नहीं था,

वही था, वही था.... "

बरोबर बोलला तो मुलगा .. देव असतो सगळीकडेच .... त्यानेच वाचवलं मला , आणि कदाचित विभाला सुद्धा तोच घेऊन येईल परत माझ्याकडे. पुढचे कडवे तर जास्त आवडीचे.. आणि त्या सुंदर music सोबत आणखी छान !!

" रंगरेज़ा रंग मेरा तन मेरा मन,

ले ले रंगाई चाहे तक चाहे मन ....."

मनात ते गाणे घोळवत त्याने चहा संपून टाकला. तो मुलगा परत आला , " आणखी हवा आहे का चहा , तयार आहे चहा ... " ,

" नाही.... नको ....पाऊस कमी झाला आहे तर निघतो ... बरं .... मला एक सांग ... हे गाणे लागेल आहे ते ... तुम्ही रोजच लावता का ... कि सहजच " ,

" मला आवडते ते गाणे ... कधी टीव्ही वर लागले कि मोठ्या आवाजात लावतो ... छानच वाटते ते.. अल्लाह जवळ घेऊन जाते ते गाणे .. " अमेयने त्याच्या खांदयावर हात ठेवला.

" चल ... thank you !! चहासाठी.... निघतो... " ,

" सर ... सांभाळून जा घरी ... वादळ आले आहे ना ... " अमेय त्याच्याकडे बघत थोडावेळ थांबला.

पाऊस आता बऱ्यापैकी कमी झालेला. काळोखी मात्र तशीच होती. वेगवान वारा. अमेय bike वर येऊन बसला. घरीच जायला हवे होते. कुठे निघालेलो आपण. मघाशी समोरच पडलेली झाडाची फांदी आठवली. विभाचा तरी विचार करायला हवा. अजूनही आशा आहे, ती येईल माझ्याकडे... bike सुरु केली. आणि पुन्हा घराच्या दिशेने वळवली. यावेळेस हळूहळू चालवत होता. पुढचा नेहमीच रस्ता बंद झालेला. कारण तिथे तर मोठे झाड पडले होते. अमेयने bike थांबवली. पडलेल्या झाडाकडे पाहत राहिला. वादळे अशीच असतात , सर्व उध्वस्थ करतात...... मुळापासून उखडून टाकतात सर्वच. दुसरा रस्ता मोठा. समुद्राजवळून जाणारा. घरी जायचे तर तिथूनच जावे लागणार....

निघाला. तो रस्ताही निर्मनुष्य. किंबहुना तिथे जास्त जोराचा वारा वाहत होता. त्यामुळे अगदीच खबरदारीने bike चालवावी लागणार होती.

समुद्रकिनारा म्हणजे आवडीची जागा. पण आता नावडती झालेली. मयुरीची भेट बहुदा इथेच ठरलेली असायची. अशीच एक भेट आठवली त्याला. गेल्यावर्षीची गोष्ट , काहीतरी बहाणा करून अमेय घरातून निघालेला. बीचवर कधी पासून मयुरीची वाट बघत बसलेला. आज , अंमळ उशीर झालेला तिला. अमेयला असा उशीर पसंत नव्हता. निघणार होताच तर त्याला मयूरी धावत येताना दिसली. रागात होता जरा.

" सॉरी ... सॉरी यार .... वेळेवर निघालेली , पण ट्राफिक मुळे उशीर झाला. ... " मयूरी धापा टाकत बोलली. दम लागलेला.

" हम्म ..... " अमेयने इतकेच उत्तर दिले. मयूरीला कळले.

" रागात दिसतोस ... " ,

" वाजले किती बघ ... जवळपास दीड तास उशिराने आलीस... " ,

" सॉरी ना बाबा ... मी कधी एवढा उशीर करते का सांग... " ,

" तरी सुद्धा ...... मोबाईल कशाला आहे मग .... फक्त सेल्फी काढायला का ... कॉलही करू शकतो आपण... मोबाईलवरून ... " अमेय चांगलाच रागात होता.

" बघ ... कान पकडते ... सॉरी ... चुकले... पुन्हा नाही उशीर होणार कधी... " अमेय तिच्याकडे बघायला तयारच नव्हता.

" अरे .... ऐक तरी .... माझा मोबाईल बंद झालेला... २ दिवस माझ्या हातात मोबाईल तरी बघितलास का ... तुझ्यासाठी ... तुझ्याशी बोलता यावे म्हणून आता नवीन मोबाईल घेऊन आले... हा बघ , सिम कार्ड टाकायचे आहे फक्त.... बघ तरी .... "

मयूरीने नवीन मोबाईल त्याच्या समोर धरला. अमेयने मोबाईल हातात घेतला. आणि मयूरीच्या डोक्यावर टपली मारली.

" सांगायचे कोणी... मोबाईल नाही तो ... काय झालं त्याला... " मयूरीने त्याच्या पाठीवर चापट मारली.

" शहाणा आहेस ... त्यादिवशी भिजला ना पावसात ... फिरायला गेलो तेव्हा... आठवते कि नाही.... " अमेयला आठवलं.

" सॉरी !! " यावेळी अमेय बोलला. " ठीक आहे .... चल ... कर दिया माफ ... " मयूरीच्या बोलण्यावर अमेय हसू लागला.

" इतका का रागावतोस लगेच... तुलाच पहिला दाखवायला आणला हा ... शिवाय तुझ्या आवडीची काही गाणी टाकली आहेत त्यात... बघ .... ते मोबाईल गॅलरीत गेलेले ना .... तिथेच गाणी भरून घेतली. " अमेयने त्यात ऍड केलेली गाणी बघायला सुरुवात केली. त्यातले एक गाणे लगेच त्याच्या नजरेत आले. लगेचच सुरु केले.

" चांद मातला ,चांद मातला, मातला,
त्याला कशी आवरू? ,
अंगी वणवा चेतला,
अंगी वणवा चेतला,
मला कशी सावरू?.... "

" व्वा !! तुला कसे माहित हे गाणे मला आवडते ते .... " अमेय आनंदला.

" एक दोनदा तुला गुणगुणताना ऐकले होते मी , ते लक्षात राहिले. actually मलाही माहित नव्हते. त्या मोबाईल गॅलरीत तर कोणालाच माहित नाही. search करून डाउनलोड केले तेव्हा कळलं. ",

" शाब्बास !! " अमेयने तिच्या पाठीवर शाबासकी दिली. " मला यातले कोणते कडवे आवडते माहित आहे का तुला .... ऐक ... " अमेयने गाण्याचा आवाज मोठा केला.

" आला समुद्र ही रंगा,
रंगा-रंगा-रंगा-रंगा....
त्याचा धिटाईचा दंगा,
दंगा-दंगा-दंगा-दंगा..... "

समोर असलेल्या समुद्राचा आवाजही यात मिसळून जात होता. गाणे संपले. अमेय खुश झाला.

" thank you मयूरी... !! " ,

" अरे ... अजून राहिले कि .. तुझे सर्वात आवडीचे गाणे... " मयूरीनेच तर गाणे लावले मग.

" नहीं सामने, नहीं सामने ये अलग बात है ,
नहीं सामने ये अलग बात है ,
मेरे पास है..
मेरे पास है, तू मेरे पास है..... "

अमेयचे हे आवडत्या गाण्यांपैकी एक. सुंदर चाल, सुंदर रचना , सुंदर संगीत.. त्याहून सुंदर म्हणजे ते गाणे ज्या प्रकारे गायले होते ते. अमेयने मयुरीच्या डोळ्यात पाहिले. मयूरी त्याच्या खांद्यांवर डोके ठेवून गाणे ऐकू लागली. अमेय समोर होणार सूर्यास्त बघू लागला. मयूरीने त्याचा हात हातात घेतला आणि दोघे तसेच ते गाणे ऐकू लागले.

अमेयच्या डोळ्यासमोरून गेला तो सर्व प्रसंग. पण त्याला मयुरीच्या कोणत्याच आठवणी नको होत्या. क्षणभर डोळे मिटून घेतले त्याने. अचानक आभाळात मोठयाने वीज कडाडली. अमेय केवढयाने घाबरला. bike सहित त्याचा तोल जवळपास जाता जाता वाचला. पावसानेही धुवांधार सुरुवात केलेली पुन्हा. अमेय आधीच घाबरलेला. नकोच bike चालवायला. bike थांबवली तरी जाणार कुठे... एका बाजूला समुद्र , दुसऱ्या बाजूला गेट बंद असलेल्या इमारती. रस्त्यावर कोणी नाही. हवा जोराने वाहत होती. आभाळात दूरवर कुठेतरी उघडीप झालेली दिसली त्याला. वादळाचा जोर कमी होतो आहे कि काय , अमेयच्या मनात क्षणभर विचार आला. सध्यातरी , पावसाचा सामना असाच करू , म्हणत अमेय समोरच असलेल्या एका कठड्यावर जाऊन बसला आणि समोरच उधाण आलेल्या समुद्राकडे पाहत बसला. मघाशी आठवणींत आलेले गाणे पुन्हा त्याच्या ओठांवर आले. " मेरे पास है, तू मेरे पास है, मेरे साथ है....... " मयूरी सोबत असली कि विभाला विसरूनच जायचो. पण तीच नेहमी पाठीशी उभी असायची. येईल का परत ती , मघाशी बोलली तर होती , माफ केले म्हणून... येईल ना ती... अमेयला त्या पावसात जुने काही तरी आठवलं. त्या गरब्यानंतर भेटायला किती आढेवेढे घ्यायची. " त्या " भेटीनंतर तब्बल २ महिन्यांनी पुन्हा भेटीस तयार झालेली विभा . अमेयला आठवून हसायला आले. पाऊस तसाच कोसळत होता. समुद्रकिनारी एकटाच पावसात बसलेला अमेय , जुन्या आठवणीत हरवून गेला.

विभाने तिच्या आवडीच्या ठिकाणी भेटायला बोलवले होते. जावेच लागणार ना.. तिला भेटायलाच पाहिजे , अमेय तिच्या प्रेमात जो पडलेला. विभा मुद्दाम उशिरा येतं होती. विभाच्या भेटीची जागा म्हणजे एक जुने इराणी हॉटेल. मुंबईतून नामशेष होत जाण्याऱ्या इराणी हॉटेल पैकी एक. विभाच्या घरापासून अगदी १५ मिनिटांवर होते. जुन्या काळातले... तरी स्वच्छता बघण्यासारखी , जुन्या काळातली टेबल - खुर्च्या.... अगदीच जपून ठेवल्या सारखे होते ते हॉटेल. दुपारची भेट ठरलेली दोघांची , त्यामुळे हॉटेल मध्ये दुपारी जेवायला आलेल्या माणसांची जराशीच गर्दी... सर्व टेबल भरलेली असली तरी उगाचच गोंधळ नव्हता. जागा ऐसपैस असल्याने शांतात जाणवत होती. अमेय सर्वकाही निरखून पाहत होता. सोबत कॅमेरा असल्याने त्याने त्या हॉटेलचे एक-दोन फोटोही काढले होते. त्यावेळेस अमेय जॉब करत होता. या फोटोग्राफीचा किडा नुकताच त्याच्या डोकयात शिरलेला. त्यामुळेच .... एक चांगला view मिळावा म्हणूनच काय , त्या हॉटेलच्या दरवाजा समोरचा टेबल त्याने अडवून ठेवला होता, तिथेच बसून बाहेरचे हि पाहत होता आणि आतल्या वातावरणाचाही आस्वाद घेत होता. हॉटेल मालकाला जुन्या गजल फार आवडतात वाटते , आल्यापासून जुन्या पण सुरेख अश्या गजल लावून बसला होता. अमेयला आवडल्या त्या गजल. बघता बघता त्याची नजर दूरवरून हलके हलके चालत येणाऱ्या विभाकडे गेली. पंकज उदासची गजल सुरु व्हायला एकच गाठभेट. भारी एकदम !!

" चाँदी जैसा रंग है तेरा, सोने जैसे बाल......
एक तूही धनवान है गोरी, बाकी सब कंगाल...... "

अमेय तिच्याकडे बघत राहिला ... पुन्हा... आजूबाजूचे सर्व धूसर झाले. त्याला फक्त तीच दिसत होती आता. छान पांढरा शुभ्र ड्रेस परिधान केलेला. केस मोकळेच सोडलेले. पाठीवर गिटार , पायभर झगाच होता तो. त्यावर कसलीशी नक्षी , चंदेरी रंगाची नक्षी ... दुपारच्या किरणांनी आणखीनच उठून दिसत होती. कानातले डूल ... सूर्याच्या किरणात चमकून उगाचच अमेयचे डोळे दिपवत होते. तिच्या पायातील पैंजणाचा आवाज , तिच्या प्रत्येक पावलांसोबत अधिकच स्पष्ट ऐकू

येतं होता. फोटोग्राफी नुकताच शिकू लागलेला अमेय ... त्याच ढंगात विभाकडे पाहत होता. आजूबाजूच्या सर्व परिसरात विभा उठून दिसत होती. शिवाय background ला सुरु असलेले गाणे ... त्याच्या मनात आणखी काही करत होते.

" धनक घटा कलियाँ और तारे सब हैं तेरा रूप,
ग़ज़लें हों या गीत हों मेरे सब में तेरा रूप,
यूँही चमकती रहे हमेशा तेरे हुस्न की धूप,
तुझे नज़र ना लगे किसी की.......

तुझे नज़र ना लगे किसी की जिए हज़ारों साल,
एक तूही धनवान है गोरी, बाकी सब कंगाल...... "

विभा समोर येऊन उभी राहिली. तरी अमेय तसाच तिला बघत. विभाने बोटांनी चुटकी वाजवली त्याच्या डोळ्यांसमोर , तेव्हा अमेय जागा झाला.

" काय .... कुठे ... डोळे उघडे ठेवून झोपतोस कि काय... " विभा हसतच खुर्चीवर बसली.

" न ... नाही ... त ... ते .... तू .... " अमेय काहीतरी बोलत होता आणि पुन्हा गांगरला.

" न ... नाही ... त ... ते .... तू .... .... हि भाषा मला येतं नाही.... मराठीत बोललास तरी चालेल ... " विभा बोलली आणि दोघेही हसले. अमेय जरा सावरला.

" तूला चष्मा आहे हे सांगितले नाहीस तू ... " अमेयचा प्रश्न...

" चष्मा लावते हे सांगितले असते तर लग्नाला नकार दिला असता का ... " विभाने थेट विचारलं. अमेय पुन्हा गांगरला.

" तसे नाही ... मी .. मी " विभाला पुन्हा हसायला आले.

" cool down रे ... लगेच काय ... ततपप .. मस्करी केली ... तू काय असा मुलींशी बोलायला घाबरतोस कि काय ... " ,

" तसंच नाही काही... तू ना .... प्रत्येक भेटीत वेगळी वाटतेस... मी असे कोणा मुलीशी जास्त बोललो नाही कधी... एवढे तुला बघतो तसे कोणाला निरखूनही बघितले नाही किंवा भेटायला गेलो नाही.. तुझे रूप .. प्रत्येक वेळेस , वेगळेच सौंदर्य... गडबडून जाणार कोणीही .... "

अमेयच्या या स्तुतीवर विभा लाजली. चष्मा काढून बॅगमध्ये ठेवला.

" मी गिटार शिकते ना ... ते स्वर लिहिलेले असतात ना पेपरवर ... खूप लहान अक्षर असते ते .. डोळयावर ताण येऊ नये म्हणून चष्मा... " विभाने सांगितले.

" तरी छान दिसतेस .....चष्मीश !! " अमेय हसत बोलला. " आणि हि जागा .. कुठून शोधून काढलीस ... छानच आहे... त्याउपर , मी आल्यापासून किती छान छान गजल ऐकल्या इथे.. आवडली जागा मलाही ... " ,

" माझ्या आवडीची जागा .. " विभा बोलू लागली . " मी लहान असताना माझी आई मला घेऊन यायची इथे... इथला केक छान आहे , त्यासाठी यायची मी... मग , सवयच लागली... जागाही शांत आहे, मोकळीक मिळते इथे... त्यात हे हॉटेल मालक .... काका बोलते त्यांना ... ते अशी जुनी गाणी लावून ठेवतात आले कि... मलाही आवडू लागली जुनी गाणी ... जास्त करून गजल ... मला गजल खूपच आवडतात ... " ,

" व्वा !! मलाही खूप आवडतात जुनी गाणी .... आवड जुळते आपली... बर झालं ना ... मी तुला होकार कळवला ते .... " अमेय बोलला .

" ओ मिस्टर ... मी आधी होकार कळवला.. तू तर मला बघितले हि नव्हतेस ... आता कुठे दोनच भेटीत वेडा झालास ... " विभा पट्कन बोलून गेली. दातात जीभ चावून धरली आणि लाजली. अमेयला हसायला आले.

" मग लग्नाआधी ... मित्र होऊया का ... Best friends ... !! " अमेयने हात पुढे केला. विभानेही हात मिळवला. अशी प्रेमाकडून मैत्रीकडे वाटचाल सुरु झालेली.

विचार करत , जुने दिवस आठवत किती वेळ झाला माहीतच नाही... अमेय तसाच त्या समुद्राकडे पाहत होता. सर्व आठवत होता, विभाच्याच आठवणी जास्त... मयूरीच्या आठवणी नकोच. वाऱ्याचा वेग आधी पेक्षा खूपच कमी झालेला. पावसानेही आवरते घेतलेले , अमेयला घरी निघायला पाहिजे होते , तरी तो तिथेच बसून होता. कसल्या बेरजा -

वजाबाकी - गुणाकार - भागाकार मांडत होता , देव जाणे.

पावसासोबत वाऱ्याचा वेगही कमी झालेला, एवढा वेळ , अगदी पहाटेपासून कोसळणारा पाऊस आणि भरलेले आभाळ आता कुठे मोकळे वाटू लागलेले. संध्याकाळचे ४ वाजत होते. आणि परतीच्या सूर्याचे दर्शन होत होते. त्याचीच न्हाऊन , सुखावून आलेली किरणे अमेयच्या चेहऱ्यावर विसावली. भानावर आला तो. मोबाईल कधीचा वाजत होता. मोबाईल वॉटरप्रूफ असल्याने पावसात कॉल उचलू शकत होता, तरी अमेय आपल्याच विचारात मग्न. कसली शुद्ध असणार त्याला. विचारांचा जाळ्यातून बाहेर आला तेव्हा मोबाईल खिश्यातून बाहेर काढला. १७ मिस कॉल आईचे... !! व्हाट्सअँप वर सुद्धा मेसेज करून ठेवला होता आईने. अमेयला तसा कोणाशी बोलायचा मूड नव्हता. कॉल नको पण मेसेज तरी बघूया म्हणत त्याने आईचा मेसेज पाहिला. " लवकरात लवकर तुझ्या घरी पोहोच ... " इतकाच मेसेज होता तो.

घरी जायचा मूड नव्हताच. विभाकडे जाऊ का परत .... यावेळेस गेलो तर नक्की येईल, ती येतंच होती, पपांना अडवले म्हणून.. नाहीतर आता सोबत असती माझ्या. विभाच्या आवडीची गजल अचानक आठवली त्याला....

" रंजिश ही सही , दिल ही दुखाने के लिए आ....... ,
आ फिर से मुझे ,छोड़ के जाने के लिये आ...... "

" किस किस को बताएँगे जुदाई का सबब हम..... ,
तू मुझ से खफा है तो, ज़माने के लिये आ.... ,
रंजिश ही सही... "

अशीच काही स्थिती झालेली अमेयची. घरी नव्हतेच जायचे, पण आईचे इतके कॉल, वर मेसेज. निघाला bike घेऊन. अर्ध्या तासात सोसायटी बाहेर पोहोचला देखील. पाऊस थांबला असल्याने जराशी वर्दळ सुरु झालेली. खालीच असलेल्या मिठाईवाल्याकडे गरमा गरम सामोस्यावर ताव मारायला गर्दी जमली होती. अमेयचे लक्ष गेले तिथे , सकाळ पासून नुसते फिरणे होते आहे , त्यात पावसात दिवसभर भिजणे, पोटात काही नाही.. साहजिकच अमेयची भूक चाळवली. विभाकडे सुद्धा तयार होणाऱ्या चहाचा गंध तेव्हडा घेता आलेला फक्त

. पाय तिथेच वळत होते परंतु आईच्या मेसेजची आठवण झाली. आईने असा का मेसेज केला असेल, असा विचार करत त्याच्या फ्लॅटकडे निघाला. जाता जाता त्याच दुकानात सुरु असलेले एक गाणे त्याच्या कानावर आले. दुकानाचा मालक किशोर कुमार यांचा भक्तच जणू... सारखी त्यांचीच गाणी सुरु असायची त्याच्या दुकानात ...

" ख्वाब हो तुम या कोई हक़ीक़त ...... कौन हो तुम बतलाओ ,

देर से कितनी दूर खड़ी हो... और करीब आ जाओ ... " आताही हे गाणे सुरु होते. अमेयला अशी जुनी गाणी जास्त आवडीची. तेच गाणे गुणगुणत तो जिने चढू लागला.

घरात कोणी तरी आहे , हे लगेच त्याने ओळखले. कारण आतून आवाज येत होता. बाहेर चपला हि होत्या. त्या चपला बघून तो चपापला. " वि ... भा ... !! " तोंडातून शब्द बाहेर आले. विभाकडे एक चावी असल्याची फ्लॅटची. अमेय गांगरला. स्वतःकडे असलेल्या चावीने दरवाजा उघडू कि बेल वाजवू...त्या बेलवर सुद्धा धूळ जमलेली. विभा गेल्या पासून कोणीच यायचे नाही. विभा घरात असली कि बेल सारखी सारखी वाजवून तिला त्रास देण्याची अमेयची सवय . त्या चप्पलांकडे पाहत अमेयचा हात आपसूकच बेलकडे गेला. एकदाच बेल वाजवली. कोणीच आले नाही दरवाजा उघडायला. आपल्याला नक्कीच भास होतो आहे, असे अमेयला जाणवले. मघाशी गाणे ऐकले ना , त्याचाच परिणाम असावा हा, असे मनात म्हणत पुन्हा गाणे गुणगुणू लागला.

" ख्वाब हो तुम या कोई हक़ीक़त ...... कौन हो तुम बतलाओ ,

देर से कितनी दूर खड़ी हो... और करीब आ जाओ ... "

.... पुढच्याच क्षणाला दरवाजा उघडला..... विभाने... अमेयला बघून तिने ओळखीची smile दिली.

" आलास ..... ये .... किती भिजला आहेस बघ...आणि म्हणे , पाऊस आवडत नाही .... दे ....तुझी बॅग दे ... " म्हणत तिने त्याच्या पाठीवरची बॅग स्वतःच काढून घेतली. अमेयला काही बोलायला सुचत नव्हते. तो फक्त विभाला बघत उभा.... दारातच उभा. विभाने सर्वात आधी बॅगमधला कॅमेरा बाहेर काढून ठेवला.

" कॅमेरा भिजला नाही ते नशीब !! " विभा एकटीच बोलत होती. अमेय तिला दारातून बघत होता. हि खरच आहे कि माझी कल्पना आहे... विभाने पाहिले, अमेय पुतळा होऊन तसाच दारात उभा. विभा त्याच्याजवळ आली.

" अरे ... तुला काय कोणी शिक्षा दिली आहे का .. जा .... ना ... कपडे बदलून ये... गरम पाण्याने अंघोळ कर ... कधी भिजत नाहीस ना पावसात ... सर्दी होईल ... चल ... पळ ... " अमेय तिच्याकडेच बघत. एका डोळ्यात पाणी , दुसऱ्या डोळ्यात आनंद... त्याला काय सुचणार ... सांगा... विभानेच त्याला ढकलत ढकलत बाथरूमकडे नेले. सुके कपडे त्याच्या हातात देऊन तिनेच त्याला आत ढकलले. आणि दरवाजा लावून घेतला. अमेय जरासा सावरला. विभा !! ... विभा कशी आली ... कधी आली. आई यासाठीच कॉल करत होती का .... पावसात सकाळ पासून भिजत असल्याने थंडी वाजत होती. गरम पाण्याचा शॉवर सुरू केला आणि त्याखालीच बसला.... डोळे मिटून.

त्याखाली किती वेळ बसून होता काय माहित. कसलासा सुगंध त्याच्या नाकात भरून गेला. आपसूकच त्याची निद्रा भंग झाली. भरभर अंघोळ उरकून, अंग-केस पुसले. कपडे घालून तयार झाला. बाहेर आला. त्या सुवासाचा माग काढत किचनमध्ये पोहोचला. विभा कांदाभजी तळत होती. त्याचाच सुवास घरभर पसरलेला. विभाला बघून आता कळलं , ती खरच आलेली. भास नव्हताच मुळी. मागूनच अमेयने तिला मिठी मारली.

" अरे !! तेल गरम आहे ... भाजशील ना ... " ,

" ते राहू दे आधी... माझ्याकडे बघ ... " अमेय विभाला बोलला तशी विभा मागे वळली.

" मला तर अजूनही विश्वास बसत नाही आहे कि तू आली आहेस ... thank you !! thank you !!.... thank you !! " अमेयने तिला पुन्हा मिठी मारली.

" वेडा कुठला .... असे best friend ला कोणी thank you !! बोलते का ... तू पण ना ... " अमेयला तिच्या वडिलांची आठवण झाली. त्यांचा राग , विभावर ओरडणे आठवले... अमेयला कळेना , विभा आली कशी...

" विभा .... पप्पानी सोडले कसे तुला... ",

" त्यात काय ... " विभा भजी तळत बोलली. " तू गेलास ना .... त्यानंतर पप्पा खूप काही बोलले ... तुझ्या विरोधात .... मला नाही आवडलं ते... मीही सुनावले मग त्यांना ... चूक केलीस ... मान्य केलेस तरी ... त्यांच्या पेक्षा मी तुला जास्त ओळखते ना ... ते डिवोर्सचे पेपर पण फाडून टाकले मी.. आईने हि सोबत केली मला. हळूहळू पपांचा राग कमी झाला. तुझ्याबद्दल माझ्या मनात काय आहे ते , मी तुला सोडून आले ... तुला किती वाईट वाटले होते , ते सांगितलं. आज तुझा अवतार बघितला होते त्यांनी. माझी काळजी , माझ्यावर असलेल्या प्रेमाखातर तुझा इतका राग केला त्यांनी. थोडेसे आढेवेढे घेतले त्यांनी... मग मीही बोलली , आज जर अमेयकडे जाऊ शकली नाही तर कधीच जाऊ शकणार नाही. पटले कसे बसे पपांना. तुझ्यावर अजूनही विश्वास आहे म्हणून त्याच्या समोर पहिल्यांदा इतके बोलू शकले. तुला शेवटचा चान्स दिला आहे पपांनी, हसत हसतच निघून आले. पप्पा येतं होते सोडायला, मीच नको बोलली..... आणि होतास कुठे तू ... कधीपासून आई कॉल करत होत्या तुला... त्यांना मीच सांगितले होते कि मी आले आहे असे सांगू नका. तू काय स्वप्नांत गेला होतास कि काय ... कुठे भटकत होतास पावसात ... " विभाने हसून विचारलं. अमेयसुद्धा हसला.

" आलीस कधी तू ... " अमेयने विचारलं.

" बघ , आता किती वाजले ... ५ : ३० ना , मी ३ वाजताच आले. हे वादळ थांबले ना , तेव्हाच निघाले मी. आधी तुझ्या मम्मी - पपांना भेटून आले. मग इथे.... तू घरी असता तर surprise कसे दिले असते तुला... तू नाहीस मग भजी करायचे ठरवले. येताना सामान घेऊनच आले. आवडते ना तुला.. " ,

" त्या भजी पेक्षा तू जास्त आवडतेस मला... " ,

" हो का .... माहित आहे किती प्रेम आहे ते बायकोवर... जा ... बाहेर जा .... येते मी भजी घेऊन... " अमेय खुशीतच किचनमधून बाहेर आला. ५ मिनिटांची भजी सोबत चहाचा सुगंधही आला.

" व्वा !! विभा आज surprise वर surprise देतं आहे ... " अमेय मनात बोलला. विभा किचन मधून बाहेर आली. तिच्या हातातल्या ट्रे मध्ये चहाचा कप आणि एका प्लेटमध्ये गरमागरम कांदाभजी होती. अमेय सोफ्यावर बसला होता ,त्याच्यासमोरच तिने तो ट्रे ठेवला. अमेयने पाहिले , चहाच्या शेजारीच तिने मोगऱ्याचे गजरे ठेवले होते. त्यानेच तर दिलेले ते. अमेयने विभाकडे पाहिले.

" दररोज गजरे घेयाची , वाटायचे कधी तरी स्वतःहून तू ते माझ्या केसात माळशील... कधीच मनात आले नसेल तुझ्या... म्हणून सर्वात शेवटी ... देवाची पूजा झाली की ते देवाच्या पायाशी ठेवून देयाचे... आज इतक्या दिवसानी गजरे पाहिले , तू प्रेमाने आणलेस ... तूच माझ्या केसात माळ आता ... म्हणून येताना सोबतच घेऊन आले... " अमेयने पुढे येऊन तिच्या केसात ते गजरे माळले. विभा आनंदली. विभाने आल्या आल्या खिडक्या उघडल्या होत्या. त्या खिडकीतून छान थंड वारा आत आला. " तू चहा घे ... मी आलेच.. " म्हणत विभा आत गेली.

अमेय कांदाभजी खात , मधेच चहाचा आस्वाद घेत बसला होता. मागून गिटारचा आवाज आला. विभा गिटार वाजवत होती. एक छान धून वाजवत ती अमेयजवळ आली. गालावर छान असा kiss घेतला आणि अमेय-विभाच्या आवडीचे गाणे , गिटारच्या साथीने गाऊ लागली.

" आज कल पाँव, ज़मीं पर नहीं पड़ते मेरे ,
बोलो देखा है ,कभी तुमने मुझे उड़ते हुए....... ,
आज कल पाँव, ज़मीं पर नहीं पड़ते मेरे .... "

अमेय ते भारावून ऐकत होता. आधीही विभा असेच त्याला मोहवून टाकायची. आज तर किती दिवसांनी तो क्षण पुन्हा आलेला. छानच गात होती ती.

" जब भी थामा है, तेरा हाथ तो देखा है ,
लोग कहते हैं के, बस हाथ की रेखा है,
हमने देखा है, दो तक़दीरों को जुड़ते हुए,
आज कल पाँव, ज़मीं पर नहीं पड़ते मेरे .... "

अमेयच्या डोळ्यात आनंद जमा झालेला. छान वारा वाहत होता. विभा गाता गाता त्या खिडकीपाशी जाऊन बसली. जुनी सवय. गिटार

वाजवत बाहेर बघत होती. गिटारच्या तारा आणि वाहत्या वाऱ्यासोबत उडणारे तिचे मोकळे केस .... वेगळाच ताल धरला होता सर्वांनी मिळून . अमेयला त्याची हरवलेली फोटोग्राफरची नजर पुन्हा गवसली. त्याने पट्कन त्याचा कॅमेरा हातात घेतला. विभाने पुढचे कडवे सुरु केलेले.

" नींद सी रहती है, हलका सा नशा रहता है ,
रात-दिन आँखों में, इक चहरा बसा रहता है ,
पर लगी आँखों को देखा है, कभी उड़ते हुए ,
आज कल पाँव ,ज़मीं पर नहीं पड़ते मेरे .... "

एव्हाना बाहेर हलकासा पाऊस सुरू झालेला. वादळ तर कधीच दूर निघून गेलेले, शहरापासून अगदी दूर.... आताचा पाऊस हा मावळतीच्या उन्हासोबत आलेला पाऊस होता. हवाहवासा ... !! सोनेरी पाऊस , विभा खिडकीपाशी गिटार घेऊन धुंद झालेली , तिचे केस उडून तिच्या चेहऱ्यावर येतं होते. बाहेर ऊन - पावसाचा खेळाने , विभाचा सुंदर चेहरा अजूनच उजळत होता. तोच क्षण !! अमेयने लगेच कॅमेरात कैद केला. त्याची विभा परतून आलेली ना ... विभानेही शेवटचे कडवे सुरु केले.

" जाने क्या होता है, हर बात पे कुछ होता है ,
दिन में कुछ होता है और रात में कुछ होता है ,
थाम लेना, जो कभी देखो हमें उड़ते हुए ,
आज कल पाँव, ज़मीं पर नहीं पड़ते मेरे .... "

विभाच्या खांद्यावर अमेयने हात ठेवला. " आभाळात उंच भरारी घे ... पण माझ्या सोबतच .. अजिबात हात सोडणार नाही तुझा ... प्रॉमिस !! " तिच्या माथ्यावर अमेयने kiss केले आणि तोही तिथेच त्या खिडकीजवळ खाली बसला. विभाच्या डोळ्यातून वाहणारे आनंदाश्रू तिच्या गिटार वर पडत होते. तशीच ती गिटार वर धून वाजवत राहिली. अमेय तसाच तिच्या पायाशी बसून तिला बघत होता , त्या मधुर धून कानात साठवत होता. बाकी त्याचा आवडीचा चहा , कांदाभजी मात्र त्याची वाट बघत थंड होऊन गेले. त्याला वादळ पचवायचे होते ना .... विभाच्या साथीने परतून लावलेले. पावसाला नावे ठेवणार अमेय , आता विभाच्या प्रेमाच्या पावसात चिंब भिजत होता.

=============== समाप्त ================